കോഫീ ഹൗസിന്റെ കഥ

coffeehousinte kadha
•
nadakkal parameswaran pillai
•
first edition
november 2005
•
first chintha edition
november 2017
•
published
chintha publishers, thiruvananthapuram
•
typesetting
star communications, thiruvananthapuram
•
cover
vinod

വിതരണം

ദേശാഭിമാനി ബുക്ക് ഹൗസ്
H O തിരുവനന്തപുരം-695 035
phone: 0471-2303026, 6063026
www.chinthapublishers.com
chinthapublishers@gmail.com

ബ്രാഞ്ചുകൾ

ഹെഡ്ഡാഫീസ് ബ്രാഞ്ച് കുന്നുകുഴി • സ്റ്റാച്യു തിരുവനന്തപുരം • കെ എസ് ആർ ടി സി ബസ് സ്റ്റേഷൻ ആലപ്പുഴ • കെ എസ് ആർ ടി സി ബസ് സ്റ്റേഷൻ എറണാകുളം • മച്ചിങ്ങൽ ലെയ്ൻ തൃശൂർ • ഐ ജി റോഡ് കോഴിക്കോട് • മാവൂർ റോഡ് കോഴിക്കോട് • എൻ ജി ഒ യൂണിയൻ ബിൽഡിങ് കണ്ണൂർ • സെൻട്രൽ ബസ് ടെർമിനൽ കോംപ്ലക്സ് താവക്കര കണ്ണൂർ

CO - 2580 / 4435
ISBN - 978-93-86637-51-2

കോഫി ഹൗസിന്റെ കഥ

(നല്ല ആത്മകഥയ്ക്കുള്ള അബുദാബി ശക്തി
അവാർഡ് നേടിയ കൃതി)

നടയ്ക്കൽ പരമേശ്വരൻപിള്ള

ചിന്ത പബ്ലിഷേഴ്സ്
തിരുവനന്തപുരം-695 035

നടയ്ക്കൽ പരമേശ്വരൻ പിള്ള (1931–2010)

ആലപ്പുഴ ജില്ലയിലെ ചേർത്തല പള്ളിപ്പുറത്ത് 1931 മെയ് 25 ന് ജനിച്ചു. അച്ഛൻ: തോട്ടുങ്കൽ കേശവപിള്ള, അമ്മ: നടയ്ക്കൽ കാർത്ത്യായനിയമ്മ. പള്ളിപ്പുറം സെന്റ് മേരീസ് സ്കൂളിൽ നിന്ന് നാലാം ക്ലാസ് ജയിച്ചു.

1945 ൽ ഇന്ത്യാ കോഫീ ഹൗസിലെ ജീവനക്കാരനായി. ഇന്ത്യാ കോഫീ ബോർഡ് ലേബർ യൂണിയന്റെ (എ ഐ ടി യു സി) സംഘാടകനും നേതാവും. യൂണിയന്റെ ബെല്ലാ റി, തൃശൂർ, കോയമ്പത്തൂർ, മദിരാശി, ഊട്ടി, കോട്ടയം ശാഖ കളുടെ സെക്രട്ടറി, തമിഴ്നാട് സംസ്ഥാന സെക്രട്ടറി, കേരള സംസ്ഥാന കൺവീനർ എന്നിവയടക്കമുള്ള പദവികൾ വഹിച്ചു. 1957 ൽ കോഫീഹൗസിൽനിന്നു പിരിച്ചുവിടുമ്പോൾ കേരള സംസ്ഥാന സെക്രട്ടറി. കേരളത്തിൽ ഇന്ത്യൻ കോഫീ ഹൗസ് പ്രസ്ഥാനം കെട്ടിപ്പടുക്കുന്നതിനു നേതൃത്വം നല്കി. ഓൾ ഇന്ത്യാ കോഫീ വർക്കേഴ്സ് കോ-ഓപ്പറേറ്റീവ് സൊസൈറ്റീസ് ഫെഡറേഷന്റെ ഡയറക്ടർ ബോർഡ് അംഗം, ഡെ. ചെയർമാൻ, ചെയർമാൻ പദവികളും വഹിച്ചു. ഇന്ത്യൻ കോഫീ ഹൗസ് പ്രസ്ഥാനത്തിന്റെ ഏക ലിഖിത ചരിത്രമായ *കോഫീഹൗസിന്റെ കഥ* 2005 ൽ പ്രസിദ്ധീക രിച്ചു. 2010 ഡിസംബർ 17 ന് നിര്യാതനായി.

ഭാര്യ	:	കാട്ടിപ്പറമ്പിൽ ലളിതമ്മ
മക്കൾ	:	എൻ പി ചന്ദ്രശേഖരൻ, എൻ പി ഗിരീശൻ, എൻ പി മുരളി, എൻ പി സുനിത

ഉള്ളടക്കം

പ്രസാധകക്കുറിപ്പ്

ഇന്ത്യൻ കോഫീ ഹൗസ് ഇന്നു കാണുന്നപോലെ രാജ്യമെങ്ങും പടർന്നു പന്തലിച്ചു നില്ക്കുന്നതിന് പിന്നിൽ സാധാരണക്കാരായ തൊഴിലാളികളുടെ സമരത്തിന്റെയും സഹനത്തിന്റെയും ത്യാഗത്തിന്റെയും സുദീർഘമായ ഒരു ചരിത്രമുണ്ട്.

ഒരു സാധാരണ കോഫീ ഹൗസ് തൊഴിലാളിയായി ആരംഭിച്ച് സമരങ്ങളുടെ തീച്ചൂളയിലൂടെ കടന്നുപോയി ഒടുവിൽ ആൾ ഇന്ത്യാ കോഫീ വർക്കേഴ്സ് കോ-ഓപ്പറേറ്റീവ് സൊസൈറ്റീസ് ഫെഡറേഷന്റെ ചെയർമാൻ ആയിത്തീർന്ന നടയ്ക്കൽ പരമേശ്വരൻ പിള്ളയാണ് ഈ ചരിത്രം രേഖപ്പെടുത്തുന്നത്.

അനുഭവങ്ങളുടെ ചൂടും ചൂരുമുള്ള ഈ ഗ്രന്ഥം പ്രസിദ്ധീകരിക്കുന്നതിൽ ഞങ്ങൾക്ക് അഭിമാനമുണ്ട്. ഈ കൃതി സ്വീകരിക്കപ്പെടും എന്നതിൽ ഞങ്ങൾക്ക് ഒരു സംശയവുമില്ല.

ചിന്ത പബ്ലിഷേഴ്സ്

സമർപ്പണം

പാവങ്ങളുടെ പടത്തലവൻ
എ കെ ജിയുടെ
വീരസ്മരണയ്ക്കു മുന്നിൽ...

കഥയ്ക്കു മുമ്പ്...

കോഫീ ഹൗസിന് കഥയോ? ഈ പുസ്തകത്തിന്റെ തലക്കെട്ടു വായിക്കുമ്പോൾ ചിലർക്കെങ്കിലും അങ്ങനെതോന്നാം. അവരോടായിപ്പറയട്ടെ - പലർക്കുമറിയാത്ത ഒരു കഥയുണ്ട് കോഫീ ഹൗസിന്. ഏതു സ്ഥാപനത്തിനും ഒരു കഥ കാണും. അങ്ങനെയൊന്നല്ല കോഫീ ഹൗസിന്റേത്. സംഭവബഹുലമാണത്; നാടകീയവും. ആ കഥ ഏതു മനുഷ്യസ്നേഹിയുടെയും കണ്ണുനനയ്ക്കും. കഥാമൂല്യം മാത്രമല്ല, ചരിത്ര-രാഷ്ട്രീയ പ്രാമാണ്യവും അതിനുണ്ട്.

ഇന്ത്യയിലെ ഏതാണ്ടെല്ലാ പ്രധാന നഗരങ്ങളിലുമുണ്ടല്ലോ കോഫീ ഹൗസുകൾ. അവയെക്കുറിച്ച് നാലാളറിയുക ഇത്രയുമായിരിക്കും - മിതമായ വിലയ്ക്ക് മായം ചേരാത്ത കാപ്പിയും പലഹാരങ്ങളും കിട്ടുന്നയിടം. അതു സത്യമാണ്. പക്ഷേ, അവ നല്ല കാപ്പിക്കടകൾ മാത്രമല്ല, നമ്മുടെ ചരിത്രത്തിലെ അത്യുജ്ജ്വലമായ ഒരദ്ധ്യായത്തിന്റെ സ്മാരകങ്ങളുമാണ്. കോഫീ ഹൗസുകളുടെ ആ കഥയാണ് എനിക്കു പറയാനുള്ളത്. ഒത്തിരി പഠിപ്പൊന്നുമില്ല എനിക്ക്. ഉള്ളതുപറഞ്ഞാൽ, നാലാം ക്ലാസുവരെയേ പഠിക്കാനൊത്തുള്ളൂ. അങ്ങനെയുള്ള ഒരാൾ പുസ്തകമെഴുതുകയോ? ആ ചോദ്യവും വായനക്കാരിലുയരുമെന്ന് എനിക്കറിയാം.

എന്റെ ഉത്തരമിതാണ്: ഈ കഥ ചരിത്രത്താളിലുണ്ടാകാൻവേണ്ടിയാണ് ഞാനിതു ചെയ്യുന്നത്. ഈ കഥയ്ക്ക് അരനൂറ്റാണ്ടത്തെ പഴക്കമുണ്ട്. ഇത്രയായിട്ടും ഇത് ആരുമെഴുതിയില്ല. ഇനിയൊട്ടെഴുതുമെന്നും തോന്നുന്നില്ല. അതിലെനിക്കുവേദനയുണ്ട്. കാരണം, ഈ കഥയിൽ പങ്കുകൊണ്ട ഒരാളാണ് ഞാൻ. ഈ കഥയിലെ പങ്കാളികൾ ഒത്തുചേരുമ്പോഴൊക്കെ പറയാറുള്ള ഒരു കാര്യമുണ്ട് - ഞങ്ങളിലൊരാൾ എഴുതിയാലേ ഈ കഥ പുറത്തുവരൂ എന്ന്. അത് ഇതുവരെ നടന്നില്ല. ചരിത്രമെഴുതാ

നുംമാത്രം പഠിപ്പ് ഞങ്ങളിലൊരാൾക്കുമില്ലാതിരുന്നതുകൊണ്ട്. അങ്ങനെ കാലം ഏറെപ്പോയി. ഓരോരുത്തരായി മൺമറഞ്ഞ്, ഞങ്ങളുടെ നിര അവസാനിക്കാറുമായി. ഇനിയും ഇങ്ങനെപോയാൽ ഈ കഥ എന്നെന്നേക്കുമായി പൊയ്പ്പോകും. അതു വയ്യ. അതുകൊണ്ടാണ് ഈയുള്ളവൻ ഈ സാഹസത്തിനൊരുങ്ങുന്നത്. എനിക്കും വയസ്സായി. മരിക്കുംമുമ്പ് എനിക്കിതു ലോകത്തോടുപറയണം. ചന്തം തികഞ്ഞ മട്ടിലല്ലെങ്കിലും ഇതു ചരിത്രമാകട്ടെ.

കോഫീ ഹൗസിന്റെ തൊഴിലാളിപക്ഷകഥയാണിത്. കോഫീ ഹൗസിലെ പഴയകാല തൊഴിലാളികളുടെ കണ്ണിലൂടെയുള്ള ചരിത്രം. ഞങ്ങൾ സഹിച്ചതും കണ്ടതും കേട്ടതും അറിഞ്ഞതും. അര നൂറ്റാണ്ടിലേറെക്കാലംമുമ്പ് ഒരു സാധാരണ കോഫീ ഹൗസ് തൊഴിലാളിയായ ആളാണ് ഞാൻ. ഒടുവിൽ, രാജ്യമാകെ ഇന്ത്യൻ കോഫീ ഹൗസുകൾ നടത്തുന്ന സഹകരണ സംഘങ്ങളുടെ കേന്ദ്രസംഘടനയായ ഓൾ ഇന്ത്യാ കോഫീ വർക്കേഴ്സ് കോ-ഓപ്പറേറ്റീവ് സൊസൈറ്റീസ് ഫെഡറേഷന്റെ ചെയർമാൻ വരെയായി. അക്കാലത്ത് ഞാൻ സൂക്ഷിച്ച രേഖകളാണ് ഈ ചരിത്രത്തിന്റെ അവലംബം. എങ്കിലും, എവിടെയെങ്കിലും പിഴവുപറ്റിയിട്ടുണ്ടെങ്കിൽ - അതുണ്ടാകാമല്ലോ - വായനക്കാർ ചൂണ്ടിക്കാട്ടണം.

എല്ലാ കഥയിലുമെന്നപോലെ ഇതിലുമുണ്ട്, നായകനും വില്ലനും അവരുടെ പക്ഷക്കാരുമൊക്കെ. ഈ കഥയിലുമുണ്ട് പരസ്പരം ഏറ്റുമുട്ടുന്നവരും തുണയ്ക്കുന്നവരും. അവരെയും അവരുടെ ചെയ്തികളെയും ഞാൻ വിരൽ ചൂണ്ടിപ്പറയണം. അത് ഒരാവശ്യമാണ്. അർഹിക്കുന്ന നീതി എല്ലാവർക്കും കൊടുക്കാൻ മനസ്സിരുത്തിയിട്ടുണ്ട്. എങ്കിലും, പങ്കാളി പറയുമ്പോൾ ചില കാര്യങ്ങൾക്ക് ചൂടും വീറും അറിയാതെ കൂടും. ചിലതൊക്കെ എഴുതിക്കാണുമ്പോൾ ചിലർക്കെങ്കിലും വേദനിക്കും.

ഈ കഥ നടക്കുമ്പോൾ എനിക്കും ഒരുപാടു നൊന്തിട്ടുണ്ട്. ആ നൊമ്പരം ഇപ്പോഴും ഉള്ളിലുണ്ട്. നോവിച്ചവരോട് ഇന്നും വാശിയുമുണ്ട്. ആ വാശി കഥയിൽ എവിടെയെങ്കിലുമൊക്കെ കടന്നുവരാം; പൊറുക്കുക. പക്ഷേ, ഒന്നുറപ്പ്, പകവച്ച് ഞാൻ ഒന്നുമെഴുതില്ല. എഴുതുന്നവ ആരെയെങ്കിലും ഇകഴ്ത്താനോ മറ്റാരെയെങ്കിലും പുകഴ്ത്താനോ വേണ്ടിയായിരിക്കില്ല. ആ വിശ്വാസത്തോടെ നിങ്ങൾക്കിതു വായിക്കാം.

ഒരപേക്ഷയേ എനിക്കുള്ളൂ. അനുഭവിച്ചവനുള്ള ആനുകൂല്യം എനിക്കു തന്നുകൊണ്ട് നിങ്ങളിതു വായിക്കണം.

ഇനി നമുക്ക് തുടങ്ങാം.

അവതാരിക

എം ടി വാസുദേവൻ നായർ

തീർത്ഥയാത്രയ്ക്കുപോയ ബാബാബുഡൻ ഏഴു കാപ്പി വിത്തുകളുമായി മൈസൂരിൽ തിരിച്ചെത്തിയതും കാപ്പിക്കൃഷി ഇന്ത്യയിലാരംഭിച്ചതുമായ ഐതിഹ്യം ഞാനും കേട്ടിട്ടുണ്ട്. ബാബാ ബുഡൻഗിരി കണ്ടിട്ടുണ്ട്. ആ പേർ കുറച്ചുകാലംമുമ്പ് വീണ്ടും പത്രങ്ങളിൽ വന്നു. ബാബാ ബുഡന്റെ മല ഹിന്ദുക്കൾക്കും മുസ്ലിങ്ങൾക്കും ഒരുപോലെ തീർത്ഥാടന കേന്ദ്രമായിരുന്നു. മതത്തിന്റെ പേരിൽ മലയ്ക്ക് ഒരവകാശത്തർക്കവും സമരവും ഈയിടെ ഉണ്ടായപ്പോൾ പഴയ വൃദ്ധനെ വീണ്ടും നാമോർത്തു.

മുമ്പ് കോഫീ ഹൗസുകൾ ഇന്ത്യൻ നഗരങ്ങളിൽ ബുദ്ധിജീവികളുടെ താവളമായിരുന്നു. 'കോഫീ ഹൗസ് ഇന്റലക്ചൽ' എന്ന ഒരുപദപ്രയോഗവുമുണ്ടായി. കുറച്ചു കോപ്പികൾ മാത്രമടിക്കുന്ന വില കൂടിയ ചില പുസ്തകങ്ങൾക്ക് 'കോഫീ ഹൗസ് എഡിഷൻ' എന്ന ഓമനപ്പേരും കിട്ടി.

പഴയ കോഫീ ഹൗസുകൾ പൂട്ടാനാരംഭിച്ചപ്പോൾ തൊഴിലാളികൾ സമരം ചെയ്യുന്നു. സഹകരണാടിസ്ഥാനത്തിൽ അതേറ്റെടുക്കുന്നു. പല പ്രതിബന്ധങ്ങളെയും തരണംചെയ്ത് അത് ഒരു മഹാപ്രസ്ഥാനമായി വരുന്നു.

കോഫീഹൗസുകളുടെ ചരിത്രം ഒരു പുസ്തകമാവുമ്പോൾ വളരെ വിരസമായിരിക്കുമെന്നു തോന്നിയ എനിക്കുതെറ്റി. നാട്ടിൻപുറത്ത്, വലിയ വിദ്യാഭ്യാസമൊന്നുമില്ലാതെ എന്തു പടുപണി ചെയ്തും കുടുംബം പുലർത്താൻ തയ്യാറായ ഒരു സാധാരണക്കാരൻ ഇന്ത്യാ കോഫീ ഹൗസിൽ സാധാരണ ജോലിക്കാരനാവുന്നു. ഉദ്യോഗക്കയറ്റം കിട്ടുന്നു. കോഫീ ഹൗസുകൾ പൂട്ടാനുള്ള നീക്കമാരംഭിക്കുന്നു എന്നറിയുമ്പോൾ തൊഴിലാളികളെ സംഘടിപ്പിക്കുന്നു. സാധാരണ ജനങ്ങൾക്കുവേണ്ടി

യുള്ള കോഫീ ഹൗസുകളുടെ ഒരു ശൃംഖല സ്ഥാപിക്കാൻ നേതൃത്വം വഹിക്കുന്നു. ഓൾ ഇന്ത്യാ കോഫി വർക്കേഴ്സ് കോ-ഓപ്പറേറ്റീവ് സൊസൈറ്റികളുടെ കേന്ദ്ര സംഘടനയുടെ ചെയർമാനാവുന്നു.

നടയ്ക്കൽ പരമേശ്വരൻ പിള്ളയുടെ *കോഫീ ഹൗസിന്റെ കഥ* ഒരു ജീവിതവിജയത്തിന്റെ ചരിത്രമല്ല. സഹകരണപ്രസ്ഥാനവും തൊഴിലാളികളുടെ പ്രതിപ്രവർത്തനവുമായി ബന്ധപ്പെട്ട ഒരു നീണ്ട സമരത്തിന്റെ ചരിത്രം കൂടിയാണ്. തൊഴിലാളിസമരങ്ങളുടെ പതിവുചരിത്രത്തിൽ ഈ 'കോഫീ ഹൗസ് കഥ' കണ്ടെന്നുവരില്ല.

എ കെ ജിയും ജവഹർലാൽ നെഹ്റുവും മുണ്ടശ്ശേരിയുമൊക്കെ ഈ കഥയിൽ പ്രത്യക്ഷപ്പെടുന്നുണ്ട്.

രേഖപ്പെടുത്തിയ ചരിത്രത്തേക്കാൾ എത്രയോ വിപുലമാണ് രേഖപ്പെടുത്താത്ത ചരിത്രം. അജ്ഞാതരുടെ സമരങ്ങളുടെ ചരിത്രം കൂടി ചേരുമ്പോഴേ ഏതു ചരിത്രവും സമഗ്രവും സമ്പൂർണ്ണവുമാവുകയുള്ളൂ. "ചരിത്രകാരന്മാർ രേഖപ്പെടുത്തുന്ന ചരിത്രം അയഥാർത്ഥമാണ്. വ്യക്തികളുടെയും സമൂഹങ്ങളുടെയും ജീവിതങ്ങൾക്കൂടി ചേർത്തു വെച്ചാലേ ചരിത്രം സത്യപ്രസ്താവനയാവുന്നുള്ളൂ" എന്ന് ഒരിക്കൽ ടോൾസ്റ്റോയി എഴുതി.

അറിയപ്പെടാത്ത ഒരു സംഘം തൊഴിലാളികളുടെ സമരങ്ങളുടെയും ഉൽക്കണ്ഠകളുടെയും വിജയങ്ങളുടെയും കഥയായി മാറിയതുകൊണ്ടാണ് ഈ ഗ്രന്ഥം ആസ്വാദ്യവും പ്രസക്തവുമാവുന്നത്.

1

ഞങ്ങൾ തെരുവിലേക്ക്

ഇന്ത്യയിലെ നൂറ്റൻപതോളം നഗരങ്ങളിൽ ഇന്ന് ഇന്ത്യൻ കോഫീ ഹൗസുകളുണ്ട്. അവയത്രയും തൊഴിലാളികളുടേതാണ്. കോഫീ ഹൗസുകളിൽ പണിയെടുക്കുന്നവർതന്നെയാണ് ഇന്നു കോഫീ ഹൗസുകളുടെ മുതലാളിമാർ. ഒരുകാലത്ത് അതങ്ങനെയായിരുന്നില്ല. കോഫീ ഹൗസുകൾ അവിടെ പണിയെടുത്തിരുന്ന ഏറ്റവും താഴേക്കിടയിലുള്ള തൊഴിലാളികളുടേതായി മാറിയത് അരനൂറ്റാണ്ടോളം മുമ്പാണ്. ആ മാറ്റത്തിന്റെ കഥയാണ് കോഫീ ഹൗസിന്റെ കഥ.

ഇന്ത്യയിൽ ആധുനിക കോഫീ ഹൗസുകൾ തുടങ്ങിയത് 1940 കളുടെ തുടക്കത്തിലാണ്. കോഫീ ബോർഡിന്റെ വകയായിരുന്നു അവ. ഏതാനും കൊല്ലം കൊണ്ട് നമ്മുടെ നാട്ടിലെ ഏതാണ്ടെല്ലാ വലിയ പട്ടണങ്ങളിലും വന്നു കോഫീ ഹൗസുകൾ. വളരെപ്പെട്ടെന്ന് നഗരങ്ങളുടെ യോഗ്യതയുടെ അടയാളംതന്നെയായി അവ മാറി. ഒന്നൊന്നരപ്പതിറ്റാണ്ട് അങ്ങനെപോയി. അൻപതുകളുടെ രണ്ടാം പകുതിയിൽ, കോഫീ ഹൗസ് മേഖലയെ അപ്പാടെ മാറ്റിമറിച്ച ഒന്നുണ്ടായി. അവിടെ നിന്നാണ് ഈ കഥ തുടങ്ങുന്നത്.

ഇന്ത്യൻ നഗരങ്ങളുടെ അഭിമാനമായ കോഫീ ഹൗസുകൾ അടയ്ക്കാൻ 1957 മേയ് മാസം കോഫീ ബോർഡ് ഉറപ്പിച്ചു. കോഫീ ഹൗസുകളോടൊപ്പം കോഫീ ഡിപ്പോകളും കോഫീ വാനുകളും നിർത്താനും തീരുമാനമുണ്ടായി. ഇന്ത്യയിലന്ന് 43 കോഫീ ഹൗസുകളുണ്ട്. ഒപ്പം, മൂന്നു ഡിപ്പോകളും നാലു കോഫീ വാനുകളും. അവയിൽ പണിയെടുത്തിരുന്ന നാലാംതരം ജോലിക്കാരെ പിരിച്ചുവിടാനും നിശ്ചയിച്ചു. 1,016 പേർ വരുന്ന ആ പാവങ്ങളിൽ ഒരുവനാണ് ഈ പുസ്തകമെഴുതുന്നയാൾ. അതേ, ആയിരത്തിലൊരുവൻ മാത്രം.

അന്ന് ഈ നാടിന് മൂന്നു നൂറ്റാണ്ടത്തെ കാപ്പിച്ചരിത്രമുണ്ട്. ഒന്നര നൂറ്റാണ്ടത്തെ കാപ്പിവ്യവസായചരിത്രവും. കോഫീ ബോർഡിനും കോഫീ ഹൗസുകൾക്കുമാകട്ടെ കഷ്ടി ഒന്നരപ്പതിറ്റാണ്ടത്തെ പഴക്കവുമുണ്ടായിരുന്നു. ഈ ചരിത്രം മുഴുവൻ മറന്നുകൊണ്ടാണ് അടയ്ക്കൽത്തീരുമാനം വന്നത്. അധികാരികൾ ചരിത്രത്തോട് എത്രമാത്രം വലിയ തെറ്റാണ് ചെയ്തതെന്നറിയാൻ കാപ്പിയുടെ കഥയിലൂടെ ഒരു ഓട്ടപ്രദക്ഷിണമെങ്കിലും നടത്തണം.

കാപ്പിപ്പഴമ

എത്യോപ്യയിലെ ഒരു ആട്ടിടയനാണത്രേ കാപ്പി കണ്ടുപിടിച്ചത് - പേര് കേൽദ. ഒരു ചെടിയുടെ കായ് തിന്ന ആടുകൾ ആനന്ദനൃത്തം ചവിട്ടുന്നത് കേൽദ കണ്ടു. ഉത്തേജനക്കായ്കളുള്ള ആ ചെടി കാപ്പിയായിരുന്നു - മനുഷ്യൻ അതുവരെ കണ്ടെത്തിയ ഏറ്റവും മികച്ച ഉല്ലാസപാനീയം. ഇന്നും കാപ്പിയുടെ ആ പദവി മാറിയിട്ടില്ല.

കേൽദയുടെ കാലം ക്രിസ്തുവിന് ആയിരത്തിലേറെ ആണ്ടുകൾക്കു മുമ്പത്രേ. എന്നാൽ ക്രിസ്തുവിനുമുമ്പ് 400 കൊല്ലംവരെ കേൽദയുടെ കാലം മുന്നോട്ടു കൊണ്ടുവരുന്നവരുമുണ്ട്. എത്യോപ്യയിൽ കഫ എന്ന ഒരു സ്ഥലമുണ്ട്. അതായിരുന്നുവത്രേ കേൽദയുടെ നാട്. കാപ്പിയെന്ന പേരുണ്ടായത് കഫ എന്ന നാട്ടുപേരിൽ നിന്നാണ്. കാപ്പി കണ്ടെത്തിയ ആ കാപ്പിരിക്കു കിട്ടിയത് പഴങ്കഥയിലെ ഈ നായകപദം മാത്രമാണ്.

കേൽദ കാപ്പി കണ്ടെത്തിയതിനു പിന്നാലേ, എത്യോപ്യയിലും യെമനിലുമൊക്കെ കാപ്പിക്കായ് ചവയ്ക്കുന്ന ശീലം പടർന്നുപിടിച്ചു. ക്രിസ്തുവിനു മുമ്പുതന്നെ കാപ്പി അറേബ്യയിലെത്തി. അടിമക്കച്ചവടക്കാരാണത്രേ കാപ്പി അറേബ്യയിൽ കൊണ്ടുവന്നത്. കാപ്പി ധ്യാനത്തെ തുണയ്ക്കുമെന്ന് അറബികൾ കണ്ടെത്തി. മതപരമായ ഒരാദരവും അറേബ്യയിൽ കാപ്പിക്കുകിട്ടി. കാപ്പിക്കവർ 'കാവ' എന്ന് പേരുമിട്ടു.

അറേബ്യയിൽനിന്ന് കാപ്പിയെത്തിയതു തുർക്കിയിലാണ്. ഉല്ലാസവും ഉണർവ്വുമുണ്ടാക്കുന്ന കാപ്പി, തുർക്കിയിൽ കലാകാരന്മാരുടെയും ചിന്തകരുടെയും പാനീയമായി മാറി. കാപ്പി അവരുടെ കൂടിച്ചേരലുകൾക്കു കാരണമായി. കാപ്പിസൽക്കാരവേളകൾ രാഷ്ട്രീയചർച്ചയുടെ വേദികളുമായി. അവരുടെ വീടുകളിൽ കാപ്പിമുറികളുണ്ടായി. കാപ്പി കാരണം പലരും പള്ളിയിൽപ്പോകുന്നില്ലെന്നുവരെയായി പരാതി. ഫലമോ 1943 ൽ ഈസ്താംബുളിലെ ഓട്ടോമാൻ സുൽത്താൻ കാപ്പി നിരോധിച്ചു!

നോക്കണേ, ഒരു നാട്ടിൽ കാപ്പി പടച്ചവന്റെ ദാനം; മറ്റൊരു നാട്ടിൽ ഇബിലീസിന്റെ പാനീയവും! കാരണം തികച്ചും രാഷ്ട്രീയം - അറേബ്യയിൽ അധികാരികളുടെ അംഗീകാരമുള്ള മതത്തിന്റെ പാനീയമായിരുന്നു കാപ്പി; തുർക്കിയിൽ അധികാരവ്യവസ്ഥയ്ക്കു പുറത്തുള്ളവരുടെ പാനീയവും.

സുൽത്താൻ വിലക്കിയിട്ടും തുർക്കിയിൽനിന്നു കാപ്പി നാടുനീങ്ങിയില്ല. പകരം, കൂടുതൽ പ്രചരിച്ചു; ഒരു രഹസ്യപാനീയമായി. 11 കൊല്ലത്തിനുശേഷം 1554 ൽ തുർക്കിയിലെ ഈസ്താംബുളിൽത്തന്നെ ലോകത്തെ ആദ്യത്തെ കോഫീ ഹൗസും തുറന്നു.

കാപ്പി ചെകുത്താന്റെ പാനീയമാണെന്ന് ഒരുകാലത്ത് ക്രിസ്ത്യാനികളും കരുതിയിരുന്നു. പതിനാറാം നൂറ്റാണ്ടിന്റെ ഒടുവിലാണ് അതു മാറിയത്. 1592 മുതൽ 1605 വരെ മാർപ്പാപ്പയായിരുന്ന ക്ലെമന്റ് എട്ടാമൻ ഒരിക്കൽ കാപ്പി രുചിക്കാനിടവന്നത്രേ. കാപ്പിയിൽ രസംപിടിച്ച ആ മാർപ്പാപ്പ കൈയോടെ കാപ്പിക്ക് സഭയുടെ അംഗീകാരം നല്കി എന്നാണ് കഥ. ചെകുത്താന്റെ ഈ പാനീയം കേമമാണെന്നും കാപ്പിയെ മാമോദീസ മുക്കി ചെകുത്താനെ പറ്റിക്കണമെന്നും പറഞ്ഞുകൊണ്ടാണത്രേ ആ രസികൻ മാർപ്പാപ്പ കാപ്പിക്കു ശാപമോക്ഷം നല്കിയത്!

പതിനാറാം നൂറ്റാണ്ടിൽ കാപ്പി അറബികളുടെ പ്രധാന കച്ചവടച്ചരക്കായിരുന്നു. എത്യോപ്യയിലെയും യെമനിലെയും കാപ്പിത്തോട്ടങ്ങൾ അവരുടേതായിരുന്നു. വേണ്ടത്ര കിട്ടാത്തതുകൊണ്ട് പൊന്നിന്റെ വിലയായിരുന്നു കാപ്പിക്ക്. കാപ്പിക്കൃഷി മറ്റൊരിടത്തും തുടങ്ങാതിരിക്കാൻ സൂത്രക്കാരായ അറബികൾ എല്ലാ മുൻകരുതലുമെടുത്തു. കഥ പലതുണ്ട്: കാപ്പിച്ചെടിയും വിത്തും കട്ടുകടത്താൻ നോക്കിയ പലർക്കും മരണശിക്ഷ കിട്ടിയെന്ന് ചില കഥകൾ, കാപ്പിവിത്തുകിട്ടിയ ചില യൂറോപ്യന്മാർ നാട്ടിൽ കൊണ്ടുവന്ന് മുളപ്പിക്കാൻ നോക്കിയെന്നും കാലാവസ്ഥ തുണയ്ക്കാത്തതുമൂലം അതു നടന്നില്ലെന്നും മറ്റു ചില കഥകൾ... എന്തായാലും പതിനാറാം നൂറ്റാണ്ടിൽ കാപ്പി ഒരു അത്ഭുതനിധിയായിരുന്നു.

ആ അത്ഭുതം തകർത്തത് ഒരു ഇന്ത്യക്കാരനാണ് - കർണ്ണാടകക്കാരനായ ബാബാ ബുഡൻ. ബാബ ചരിത്രത്തിലാദ്യമായി ആഫ്രിക്കയ്ക്കു പുറത്തേക്ക് കാപ്പി വിത്തു കടത്തി നട്ടുമുളപ്പിച്ചു. കർണ്ണാടകത്തിലെ ചന്ദ്രഗിരിയിൽ താമസിച്ചിരുന്ന മുസ്ലീം സിദ്ധനായിരുന്നു ബാബ. 1660 ൽ മക്കത്തു പോയപ്പോഴാണത്രേ അദ്ദേഹം ഏഴു കാപ്പി വിത്തുകളുമായി തിരിച്ചുവന്നതും ചന്ദ്രഗിരിയിൽ നട്ടുമുളപ്പിച്ചതും.

“ഇതാ, നിങ്ങൾക്ക് വിശപ്പും ദാഹവും മാറ്റുന്ന ഒരു അത്ഭുതപാനീയം” എന്നു പറഞ്ഞാണത്രേ ബാബ അനുയായികളെ കാപ്പി പരിചയപ്പെടുത്തിയത്. ആ വാക്കുകൾ സത്യമായി; കുടിക്കുന്നവരുടെ മാത്രമല്ല, ഒരുപാടൊരുപാടു പേരുടെ പൈദാഹങ്ങൾ മാറ്റുന്ന ഒന്നായി കാപ്പി മാറി! പത്തൊൻപതാം നൂറ്റാണ്ടിൽ കണ്ടെത്തിയ എണ്ണ കഴിഞ്ഞാൽ, ഇന്നും ലോകത്തെ ഏറ്റവും വലിയ വില്പനച്ചരക്കാണ് കാപ്പി.

ലോകമാകെ കാപ്പി പടരാൻ കാരണക്കാരനായത് ബാബാ ബുഡനാണ്. ഇന്ത്യയിൽനിന്നാണ് കാപ്പിക്കൃഷി ലോകത്തു പരന്നത്. കാപ്പിലോകം ഇന്നും ബാബയെ ഓർക്കുന്നു. അമേരിക്കയിൽ സിൻസിനാറ്റി സർവ്വക

ലാശാലയ്ക്കു മുന്നിൽ 'ബാബാ ബുഡൻസ് കോഫീ ഹൗസ്' എന്ന ഒരു കടയുണ്ട്.

വേണമെങ്കിൽ ബാബാ ബുഡന് മറ്റൊരു കാപ്പിക്കുത്തകക്കാരനാകാമായിരുന്നു. സുഖഭോഗങ്ങൾ വിലയ്ക്കുവാങ്ങാമായിരുന്നു. അതിനൊന്നും നില്ക്കാതെ ആ കൃഷി ലോകത്തിനു വെറുതേ കൊടുക്കുകയാണ് ആ മനുഷ്യൻ ചെയ്തത്. അന്നത്തെക്കാലത്തല്ല, ഇന്നുപോലും അത് വളരെ വളരെ വലിയ കാര്യമാണ്. അറിവുകൾ കുത്തകയാക്കി പണമുണ്ടാക്കുകയാണല്ലോ ലോകനീതി.

വയറ്റിൽക്കെട്ടിവച്ചാണ് ബാബാ ബുഡൻ കാപ്പിവിത്തുകൾ ഇന്ത്യയിലെത്തിച്ചതത്രേ. എന്തൊരു യാത്രയായിരുന്നിരിക്കണം അത്! ജീവൻ പണയംവച്ച് കാപ്പിവിത്ത് ഒളിച്ചുകടത്താൻ എന്തായിരുന്നിരിക്കാം ആ സിദ്ധനെ പ്രേരിപ്പിച്ചത്? ഭൂമിയിലെ നല്ല വസ്തുക്കൾ ചിലർക്കുമാത്രം അനുഭവിക്കാനുള്ളതല്ല എന്ന ബോദ്ധ്യമാണോ? സ്വാർത്ഥത്തിനുവേണ്ടി ദുരമൂത്ത മനുഷ്യാധമന്മാർ പടച്ച നിയമങ്ങളെയല്ല ഒരു യഥാർത്ഥ ദൈവദാസൻ വണങ്ങേണ്ടത് എന്ന അറിവാണോ? അറിയില്ല.

എന്തായാലും ഇന്ന് കുറഞ്ഞവിലയ്ക്കു കിട്ടുന്ന ഈ ഉല്ലാസപാനീയം കുടിക്കുമ്പോൾ നമ്മൾ ആ മനുഷ്യനെ ഓർക്കണം. അമേരിക്കയിലെ ഏതോ കാപ്പിക്കടയുടെ പേരിൽ ഒതുങ്ങേണ്ട ഒരാളല്ല ആ മഹാനുഭാവൻ.

ബാബാ ബുഡൻ കർണ്ണാടകക്കാർക്ക് ഒരു ഐതിഹ്യകഥാപാത്രം കൂടിയാണ്. നീലത്തത്തകളെ അവർ ബാബാ ബുഡൻ തത്തകൾ എന്നാണു വിളിക്കുക. ബാബ ഖുറാനോതുന്നത് നീലത്തത്തകൾ കേട്ടു പഠിച്ചത്രേ. ഇന്നും അവ ചിലയ്ക്കുന്നത് ഖുറാൻ ഓതുംപോലെയാണെന്നും കർണ്ണാടകക്കാർ പറയുന്നു.

ബാബാ ബുഡന്റെ കാലത്തിനും മുന്നേ കേരളത്തിൽ കാപ്പിയെത്തിയിരുന്നുവെന്ന മറ്റൊരു വാദവും കേട്ടിട്ടുണ്ട്. അറബികളുമായി കേരളത്തിനുണ്ടായിരുന്ന ബന്ധം നോക്കുമ്പോൾ അതു ശരിയാകാനിടയുണ്ടെന്ന് പെട്ടെന്നു തോന്നാം. എന്നാൽ, അതിനു തെളിവൊന്നുമില്ല. അതുകൊണ്ട് അതൊരു വാദം മാത്രമായി നില്ക്കുകയാണ്. മാത്രവുമല്ല, അറബികൾ കാപ്പി കേരളത്തിൽ വില്പനയ്ക്ക് കൊണ്ടുവന്നിരുന്നെങ്കിൽത്തന്നെ, കാപ്പിക്കൃഷി കർണ്ണാടകത്തിൽ തുടങ്ങുംമുമ്പ് ഇവിടെത്തുടങ്ങി എന്നു കരുതാൻ ഒരു ന്യായവുമില്ല. അന്നൊക്കെ വറുത്തും പുഴുങ്ങിയുണങ്ങിയുമൊക്കെയാണ് അറബികൾ കാപ്പി വിറ്റിരുന്നത് — ആരും കാപ്പി മുളപ്പിക്കരുതല്ലോ.

ഒരു തുള്ളി കാപ്പിയിൽ എത്രയെത്ര കഥകൾ! ഒരു കപ്പു കാപ്പിയിൽ എത്രപേരുടെ കണ്ണീരും കിനാവും! കാപ്പിയുടെ കഥയിൽ എത്രതരം മനുഷ്യർ, എത്രമാത്രം താല്പര്യങ്ങൾ, എത്രയെത്ര വഴിത്തിരിവുകൾ!

ഒരു ചരക്കു ജനിക്കുന്നു

പതിനെട്ടാം നൂറ്റാണ്ടുവരെ ഇന്ത്യയിൽ ഒരു വീട്ടുചെടിയായിരുന്നു കാപ്പി. കണ്ടിരുന്നത് മൈസൂരിലും കേരളത്തിലും മാത്രം. ആ പറമ്പുചെടിയുടെ കൃഷി, ഒരു വ്യവസായമാക്കി മാറ്റിയത് ബ്രിട്ടീഷുകാരാണ്.

കാപ്പിക്കൃഷിയുടെ രേഖകൾ പതിനെട്ടാം നൂറ്റാണ്ടിന്റെ അവസാനം മുതലുണ്ട്. തലശ്ശേരിക്കടുത്തുള്ള അഞ്ചരക്കണ്ടി പ്ലാന്റേഷനിൽ 1798 ൽ കാപ്പിക്കൃഷി തുടങ്ങി. പിന്നീട് വയനാട്ടിലും കാപ്പിക്കൃഷിയെത്തി. പത്തൊൻപതാം നൂറ്റാണ്ടിന്റെ ആദ്യവർഷങ്ങളിൽ കണ്ണൂരിലും മൈസൂരിലുംനിന്ന് കാപ്പിക്കയറ്റുമതിയും തുടങ്ങി. എന്നാൽ, ഗ്രാമങ്ങളിൽനിന്ന് കാപ്പിക്കുരു ശേഖരിച്ചുള്ള കയറ്റിയയപ്പായിരുന്നു അതൊക്കെ.

മൈസൂരിൽ വിളയുന്ന കാപ്പി വാങ്ങുന്നതിന്റെ കുത്തക 1823 ൽ പ്യാരി കമ്പനി ഏറ്റെടുത്തു. 1830 കളിൽ മൈസൂരിലും നീലഗിരിയിലും സേലത്തും കാപ്പിത്തോട്ടങ്ങൾ തുടങ്ങി. 1873 ൽ മാനന്തവാടിയിൽ 75 ഏക്കറുള്ള പ്യൂ എസ്റ്റേറ്റ് തുറന്നു. 1875 ൽ ചന്ദ്രഗിരി മുഴുവൻ മൈസൂർ സർക്കാരിൽ നിന്നു ചാർത്തിവാങ്ങി ജോളി ബ്രദേഴ്സ് കാപ്പി നട്ടു. അതോടെയാണ് ഇന്ത്യയിൽ കാപ്പി വ്യവസായം തുടങ്ങിയത്.

ഇന്ത്യയിൽ 1860–70 കളിൽ കാപ്പിവ്യവസായം കുതിച്ചുകയറി. നാടൻ ഭൂപ്രഭുക്കളും കാപ്പിക്കൃഷിയിലേക്കു തിരിഞ്ഞു. അതുവരെ കാപ്പിത്തോട്ടങ്ങൾ സായിപ്പന്മാരുടേതായിരുന്നു. 1856 ൽ 5,302 ടൺ കാപ്പി കയറ്റുമതി ചെയ്തു. അത് 1864 ൽ 12,131 ടണ്ണും 1872 ൽ 2,57,772 ടണ്ണുമായി.

പിന്നീടു കാപ്പിക്കു കഷ്ടകാലമായി. ഒരു കാപ്പിച്ചെടിരോഗം ഇന്ത്യയിൽ പടർന്നുപിടിച്ചു - ഹെമീലിയ വെസ്റ്റാട്രിക്സ്. തോട്ടങ്ങൾ നശിച്ചു. വയനാട്ടിൽ രോഗം ഭീകരമായിരുന്നു. ഇതിനിടെ പുറംനാടുകളിൽ കാപ്പി വില ഇടിയുകയും ചെയ്തു. യൂറോപ്പിലേക്ക് ബ്രസീൽക്കാപ്പി വന്നതാണ് ഇതിനു കാരണമായത്. ഇതൊക്കെക്കാരണം പത്തൊൻപതാം നൂറ്റാണ്ടിന്റെ അവസാനപതിറ്റാണ്ടുകളിൽ ഇന്ത്യയിൽ കാപ്പിവ്യവസായം അപകടത്തിലായി.

ഇരുപതാം നൂറ്റാണ്ടിന്റെ ആദ്യം സ്ഥിതി മാറിയെങ്കിലും കാപ്പി വ്യവസായ മേഖലയിൽ ഒരുതരം എത്തുംപിടിയുമില്ലായ്മ നിലനിന്നു. ഒന്നാം ലോക മഹായുദ്ധത്തിനുമുമ്പ് 50 കിലോ കാപ്പിക്ക് 40–45 രൂപ കിട്ടിയിരുന്നു. 1920 കളിൽ അത് ഇരട്ടിയായി. 1922–29 കാലത്ത് 50 കിലോ കാപ്പിക്ക് ശരാശരി 80 രൂപ വിലയുണ്ടായിരുന്നു. എന്നാൽ, മഹാമാന്ദ്യത്തിന്റെ കാലത്ത് വില കുത്തനെ ഇടിഞ്ഞു. 1930 കളിൽ 50 കിലോ കാപ്പിയുടെ വില 29 രൂപയായി. 1936 ൽ നില അല്പം മെച്ചപ്പെട്ടെങ്കിലും വില 39 രൂപ വരെ മാത്രമേ ഉയർന്നുള്ളൂ. മഹാമാന്ദ്യത്തിൽനിന്ന് ലോകം രക്ഷപ്പെടും മുമ്പേ, 1939 ൽ തുടങ്ങിയ രണ്ടാംലോകമഹായുദ്ധം കാപ്പിവ്യവസായത്തിന് കൂനിന്മേൽക്കുരുവായി. ഇതോടെ ഇന്ത്യയിലെ കാപ്പിവ്യവസായം തീർത്തും സ്തംഭിച്ച നിലയിലായി.

അന്നൊക്കെ സമ്പന്നരുടെ പാനീയമായിരുന്നു കാപ്പി. ലോകത്തിലെ പല സമ്പന്നനഗരങ്ങളിലും കാശുകാർക്കുമാത്രം കയറാവുന്ന ആഡംബര കോഫീ ഹൗസുകളുണ്ടായിരുന്നു. ചെടിയിൽ കായ്ക്കുന്ന പൊന്നായിരുന്നു കാപ്പി. എന്നിട്ടും കാപ്പിക്കു തിരിച്ചടി കിട്ടി. വിലയുള്ളതുകൊണ്ടും കാശുകാരുടെ കമ്പം കൊണ്ടുംമാത്രം ഒരു ചരക്കിനും ലോകവിപണി വാഴാൻ കഴിയില്ല എന്നതിന്റെ തെളിവുകൂടിയായിരുന്നു അത്. നാടുവാഴിത്ത കാലത്തെ കമ്പോളരീതികളുടെ പരിമിതി.

പുതിയ ചിട്ടകൾ വരാൻ കാപ്പിമേഖല കാത്തു നില്ക്കുകയായിരുന്നു.

ബോർഡ് വരുന്നു

ഇന്ത്യയിലെ കാപ്പിവ്യവസായത്തെ രക്ഷിക്കാനാണ് കോഫീ ബോർഡ് ഉണ്ടായത്. ഈ കഥയിലെ നായകൻ ഒരു സായിപ്പാണ് ഐവർ ബുൾ. ഇന്ത്യയിലെ ഏറ്റവും വലിയ കാപ്പിത്തോട്ടമുടമകളായിരുന്ന കൺസോളിഡേറ്റഡ് കമ്പനിയുടെ ചെയർമാൻ. തെന്നിന്ത്യൻ തോട്ടമുടമകളുടെ സംഘടനയായ ഉപാസിയുടെ അദ്ധ്യക്ഷൻ. 1940 ൽ ബുൾ സായിപ്പ് ഇന്ത്യാ കോഫീ മാർക്കറ്റ് എക്സ്പാൻഷൻ ബോർഡ് ഉണ്ടാക്കി. നാട്ടിൽ വിളയുന്ന കാപ്പി വാങ്ങി വില്ക്കുക, കെട്ടിക്കിടക്കുന്ന കാപ്പി ചെലവാക്കാൻ വേണ്ടതു ചെയ്യുക - ഇതു രണ്ടുമായിരുന്നു ഈ ബോർഡിന്റെ പണി. ഈ സംവിധാനമാണ് 1942 ൽ കോഫീ ബോർഡായത്.

ബോർഡിന്റെ ചരിത്രത്തിനു രണ്ടുഘട്ടമുണ്ട്: നാടിനു സ്വാതന്ത്ര്യം കിട്ടുന്നതിനു മുമ്പുള്ളതും പിമ്പുള്ളതും. സ്വാതന്ത്ര്യംകിട്ടുംമുമ്പുള്ള ഒന്നാം ഘട്ടത്തിൽ ബോർഡിൽ തോട്ടമുടമകളുടെ താല്പര്യത്തിനായിരുന്നു മുൻതൂക്കം. സ്വാതന്ത്ര്യം കിട്ടിയതിനുശേഷം സർക്കാർ പങ്കാളിത്തം കൂടി. സ്വാതന്ത്ര്യപൂർവ്വകാലത്ത് 23 അംഗങ്ങളിൽ 13 പേരും തോട്ടമുടമകളായിരുന്നു; ഇവരിലൊരാൾ ചെയർമാനും. സ്വാതന്ത്ര്യം കിട്ടിയതിനുശേഷം 32 അംഗങ്ങളിൽ തോട്ടമുടമകൾ 12 പേരായി; ചെയർമാൻ സർക്കാർ സർവ്വീസിൽനിന്നുള്ളയാളും. 12 തോട്ടമുടമകളെക്കൂടാതെ 4 തൊഴിലാളി പ്രതിനിധികൾ, 5 ഉപഭോക്താക്കൾ, 3 പാർലമെന്റ് അംഗങ്ങൾ, 4 സർക്കാർ പ്രതിനിധികൾ, മറ്റു മേഖലകളിൽ നിന്നുള്ള 3 പേർ എന്നിവരും ബോർഡിലുണ്ടായിരുന്നു.

ഇങ്ങനെ, സർക്കാരിനു പൂർണ്ണമായ ആധിപത്യമുള്ളതും തോട്ടമുടമകൾക്കു നിർണ്ണായക സ്വാധീനമുള്ളതുമായ കോഫീ ബോർഡാണ് ഇന്ത്യയിൽ കാപ്പിവ്യവസായം സംബന്ധിച്ച എല്ലാ തീരുമാനവുമെടുത്തിരുന്നത്. തൊഴിലാളികൾക്കുവേണ്ടി അതിലുണ്ടായിരുന്നത് സർക്കാരിൽനിന്നു നോമിനേഷൻ കിട്ടിയ കൈപൊക്കികളായിരുന്നു.

ഈ ബോർഡിനുകീഴിലാണ് കോഫീ ഹൗസുകൾ ഉണ്ടായതും അവ അടയ്ക്കാൻ തീരുമാനിച്ചതും.

എന്തായാലും, ഇന്ത്യൻ കാപ്പി മേഖലയ്ക്ക് ഇന്നുള്ള കരുത്തിന്റെ പിന്നിലുള്ളത് കോഫീ ബോർഡിന്റെ വിലമതിക്കാനാവാത്ത സംഭാവനയാണ്. വീട്ടുചെടിയായിരുന്ന ഒരു ചെറിയ പാനീയവിളയെ കമ്പോളം വാഴുന്ന ഒരു ചരക്കാക്കി മാറ്റുകയാണ് ബോർഡ് ചെയ്തത്. ഇന്ത്യൻ കാപ്പി വ്യവസായ മേഖലയിലെ മുതലാളിത്തകടമകൾ കോഫീ ബോർഡാണ് നിറവേറ്റിയത് എന്നർത്ഥം.

കോഫീ ഹൗസുകൾ വരുന്നു

ഇന്ത്യയിൽ ആദ്യത്തെ കോഫീ ഹൗസ് തുടങ്ങിയത് 1780 ലാണ്. കൊല്ക്കത്തയിലായിരുന്നു അത്. പ്ലാസി യുദ്ധത്തിനു പിന്നാലേ 1792 ൽ മദിരാശിയിലും കോഫീ ഹൗസ് തുറന്നു. ഇതൊക്കെ വിദേശികൾക്കു വേണ്ടിയായിരുന്നു. അന്നു കോഫീ ഹൗസുകൾ വിനോദകേന്ദ്രങ്ങളായിരുന്നു. പത്രങ്ങൾ, ബില്യാർഡ്സ്, ക്യാരംസ് എന്നിവയൊക്കെ കോഫീ ഹൗസുകളിലുണ്ടായിരുന്നു.

1827 ൽ ബംഗാൾ ക്ലബ്ബും 1832 ൽ മദ്രാസ് ക്ലബ്ബും 1863 ൽ ബാംഗ്ലൂർ ക്ലബ്ബും തുറന്നു. മൂന്നും ഒരു തരത്തിൽ കോഫീ ഹൗസുകളായിരുന്നു. കുലീന കോഫീ ഹൗസുകൾ.

ഒറ്റപ്പെട്ട ഏർപ്പാടുകളായിരുന്നു അവയെല്ലാം. നാല്പതുകളുടെ തുടക്കത്തിൽ കോഫീ ബോർഡ്, കോഫീ ഹൗസുകൾ തുറന്നതോടെയാണ് കോഫീ ഹൗസുകൾ ഇന്ത്യയിൽ ഒരു പ്രസ്ഥാനമായത്. (1990 ൽ ബാംഗ്ലൂരിൽ തുറന്ന കഫേ കോഫീ ഡേയാണ് ഇന്ത്യയിലെ ആദ്യ കോഫീ ഹൗസ് എന്ന് കഫേ കോഫീഡേ പറയുമ്പോൾ ഇതോർക്കണം.) കാപ്പിയെ സമൂഹത്തിന്റെ മേലേക്കിടയിൽനിന്ന് ജനങ്ങൾക്കിടയിൽ പ്രചരിപ്പിക്കാൻ ബോർഡിന്റെ കോഫീ ഹൗസുകൾക്കു കഴിഞ്ഞു. ജനങ്ങൾക്കിടയിൽ എന്നു പറയുമ്പോൾ നഗരവാസികൾക്കിടയിൽ എന്നാണേ അർത്ഥം. അങ്ങനെ കാപ്പിക്ക് ഒരു ഇന്ത്യൻ വിപണിയുണ്ടായി. ബോർഡിന്റെ കോഫീ ഹൗസുകളുടെ ചരിത്രപ്രാധാന്യവും അതാണ്.

ഇന്ത്യൻ കാപ്പിമേഖലയിലെ മുതലാളിത്തകടമകൾ നിറവേറ്റിയത് കോഫീ ബോർഡാണെങ്കിൽ, ആ ജൈത്രയാത്രയിൽ ബോർഡിന്റെ വിജയരഥം കോഫീ ഹൗസുകളായിരുന്നു എന്നർത്ഥം.

ഇന്ത്യൻ കാപ്പിക്ക് മൂന്നു നൂറ്റാണ്ടുകൊണ്ടു പിടിച്ചുപറ്റാനാവാതെ പോയത് ഒന്നരപ്പതിറ്റാണ്ടുകൊണ്ട് നേടിക്കൊടുത്ത മഹാപ്രസ്ഥാനങ്ങളായിരുന്നു കോഫീ ഹൗസുകൾ. ആയിരത്തിലേറെ മലയാളിയുവാക്കൾ ചോരനീരാക്കിയും യൗവനം ഹോമിച്ചുമാണ് ആ നേട്ടമുണ്ടാക്കിയത്.

മലയാളി വീരഗാഥ

കോഫീ ഹൗസുകളിൽ 99 ശതമാനം തൊഴിലാളികളും മലയാളിക

ളായിരുന്നു. ഇതെങ്ങനെ സംഭവിച്ചു? ആർക്കുമുണ്ടാകാവുന്ന സംശയമാണിത്.

കോഫീ ബോർഡിന്റെ ആദ്യത്തെ സെക്രട്ടറി മലയാളിയായിരുന്നു- എം ജെ സൈമൺ. ആലുവയ്ക്കടുത്ത് കീഴ്മാടായിരുന്നു അദ്ദേഹത്തിന്റെ നാട്. ബി എക്കാരനായിരുന്നു. ചിട്ടക്കാരനും കാര്യശേഷിയുള്ളയാളുമായിരുന്നു. അദ്ദേഹത്തിന്റെ മേൽനോട്ടത്തിലാണ് ഇന്ത്യയിലാകെ കോഫീ ഹൗസുകൾ ഉണ്ടായത്. കോഫീ ഹൗസുകളിൽ മലയാളികൾ നിറയാൻ വഴിയൊരുക്കിയത് സൈമൺ സാറാണ്.

ഒപ്പം, മലയാളികളുടെ വൃത്തിയും വെടിപ്പുംകൂടി ഇതിനുകാരണമാണെന്ന് ഞാൻ കരുതുന്നു. ബ്രിട്ടീഷ് കാലത്ത് കോഫീ ഹൗസുകളിൽ ചിട്ട കർക്കശമായിരുന്നു. വൃത്തി നിർബ്ബന്ധമായിരുന്നു. കോഫീ ഹൗസിലെ ഉപകരണങ്ങൾ ചെറിയൊരു കേടുണ്ടായാൽപ്പോലും ലേലം ചെയ്തു വിറ്റ് കൈയോടെ പുതിയവ നിരത്തുമായിരുന്നു. പലഹാരങ്ങളുടെ കാര്യം പിന്നെപ്പറയാനുണ്ടോ? ഈ ചിട്ടയ്ക്കും മെനയ്ക്കും പറ്റിയവർ മലയാളികൾ തന്നെയായിരുന്നു.

എന്തായാലും ഇന്ത്യൻ കാപ്പി മേഖലയിലെ കോഫീ ബോർഡിന്റെ ദൗത്യം ഏറ്റെടുത്തു മുന്നോട്ടുകൊണ്ടുപോയത് കോഫീ ഹൗസ് തൊഴിലാളികളായ മലയാളികളായിരുന്നു.

കോഫീ ഹൗസുകളുടെ വളർച്ചയെയും കാപ്പിക്കയറ്റുമതിയുടെ വിജയത്തെയും തുടർന്ന് സൈമൺ സാർ ഉദ്യോഗക്കയറ്റം കിട്ടി പ്രൊപ്പഗാണ്ട ഓഫീസറായി. ബ്രിട്ടീഷ് സർക്കാർ അദ്ദേഹത്തിന് റാവു ബഹാദൂർ ബഹുമതിയും കൊടുത്തു. പിന്നീട് അദ്ദേഹം ചീഫ് കോഫീ മാർക്കറ്റിങ് ഓഫീസറുമായി.

1948 മാർച്ച് ഏഴിന് ബാംഗ്ലൂരിൽ വച്ചാണ് സൈമൺ സാർ അന്തരിച്ചത്. ഞാനന്ന് ബെല്ലാറി കോഫീ ഹൗസിലാണ്. മരിക്കുന്നതിനു രണ്ടു ദിവസംമുമ്പ് അദ്ദേഹം ബെല്ലാറിയിൽ കുടുംബസമേതം വന്നു. ജോലിക്കാരോടൊക്കെ കുശലം പറഞ്ഞു. അത് അവസാനത്തെ യാത്ര പറയലാണെന്ന് ഞങ്ങളാരും കരുതിയിരുന്നില്ല. അതുകൊണ്ടുതന്നെ ആ മരണം ഞങ്ങളെയൊക്കെ ഞെട്ടിച്ചു. എല്ലാ വളർച്ചയ്ക്കു പിന്നിലും ഒരു മനുഷ്യനുണ്ടാകും. ഇന്ത്യാ കോഫീ ഹൗസുകളുടെ ചരിത്രത്തിൽ ആ സ്ഥാനം സൈമൺ സാർ എന്ന ഉജ്ജ്വല സംഘാടകനാണ്.

ചതി തല പൊക്കുന്നു

കാപ്പി പ്രചരിപ്പിക്കേണ്ട നില മാറിയപ്പോൾ കോഫീ ഹൗസുകൾ അടച്ചു എന്നാണ് ബോർഡ് എന്നും പറയാറ്. പക്ഷേ, അത്ര ലളിതമായ ഒരു കാരണം കൊണ്ടുണ്ടായ ഒരു സാധാരണ ഭരണനടപടിയായിരുന്നില്ല അത്. അതിനു പിന്നിൽ ഒരു നയംമാറ്റം തന്നെയായിരുന്നു. സത്യത്തിൽ,

കറുത്ത തൊപ്പിവച്ച വെളുത്ത സായിപ്പന്മാരുണ്ടാക്കിയ ഒരു പൊതുമേഖലാ സ്ഥാപനം വെളുത്ത തൊപ്പിവച്ച കറുത്ത സായിപ്പന്മാർ ഇല്ലാതാക്കുകയായിരുന്നു.

ആ നയം 1950 കളുടെ തുടക്കത്തിൽത്തന്നെ ജനിച്ചിരുന്നു. കോഫീ ഹൗസുകൾ മുതലാളിമാരെ ഏല്പിക്കണമെന്ന് 1951 ൽ ബോർഡിന്റെ കണക്കുനോക്കിയ ധനകാര്യ വകുപ്പുദ്യോഗസ്ഥന്റെ കുറിപ്പിൽത്തന്നെ പറഞ്ഞിരുന്നു. അജ്ഞാതനായ ആ ഉദ്യോഗസ്ഥൻ ആരെന്നുകണ്ടെത്താൻ എനിക്കു വലിയ കൊതിയുണ്ടായിരുന്നു. ഈ കഥയിലെ ആദ്യവില്ലനാണല്ലോ അയാൾ. രേഖകളൊന്നും കിട്ടാത്തതുകൊണ്ട് അതൊത്തില്ല. എന്തായാലും പിന്നീടൊരു മഹാരാജ്യം നടപ്പാക്കിയ ഒരു വിവാദനയം ഒരു മൂത്ത ഗുമസ്തന്റെ തലയിലുദിച്ചതാണെന്ന ഫലിതം ഈ ചരിത്രം കാണിച്ചുതരുന്നു.

പിന്നെയുണ്ടായത്, കോഫീ ബോർഡ് പ്രചാരണസമിതിയുടെ ശുപാർശയാണ്. ശുപാർശകൾ ഇവയായിരുന്നു: കാപ്പി പ്രചാരണത്തിനുള്ള ചെലവു കുറയ്ക്കണം. ചെലവിന് അതിരു നിശ്ചയിക്കണം. കാപ്പിയുടെ പ്രചാരണക്കാര്യത്തിലുള്ള ഉപയോഗം അവസാനിച്ചതായി കണക്കാക്കാവുന്ന കോഫീ ഹൗസുകൾ മുതലാളിമാർക്കു കൈമാറണം. ആ ശുപാർശകൾ 1952 നവംബർ 22 നു ചേർന്ന ബോർഡ് യോഗം അംഗീകരിച്ചു. രണ്ടരക്കൊല്ലത്തിനുശേഷം, 1955 ജൂൺ 26 നു ചേർന്ന ബോർഡ് യോഗം നഷ്ടത്തിലായ കോഫീ ഹൗസുകൾ അടയ്ക്കാനോ മുതലാളിമാരെ ഏല്പിക്കാനോ തത്ത്വത്തിൽ തീരുമാനിക്കുകയും ചെയ്തു.

ഒരുകൊല്ലം കൂടിക്കഴിഞ്ഞപ്പോൾ തോട്ട വ്യവസായ കമ്മീഷനും വന്നു. 1956 ലെ തോട്ട വ്യവസായ കമ്മീഷന്റെ കണ്ടെത്തലുകൾ ഇവയായിരുന്നു. കാപ്പിപ്രചാരണം നഷ്ടത്തിലാണ്. പ്രചാരണവിഭാഗത്തിന്റെ നഷ്ടം 1953–54 ൽ 2,03,000 രൂപയും 54–55 ൽ 3,62,000 രൂപയും 55–56 ൽ 3,29,000 രൂപയുമായിരുന്നു. കോഫീ ഹൗസുകളുടെ ഭരണച്ചെലവ് വളരെക്കൂടുതലാണ്. 1953–54 ൽ വിറ്റ കാപ്പി 23 ലക്ഷം പൗണ്ടാണ്. കാപ്പിപ്രചാരണം വഴിയുണ്ടായ നഷ്ടം 3,62,000 രൂപയും. ഒരു പൗണ്ടിന് രണ്ടര അണയോളമാണ് നഷ്ടം. കോഫീ ഹൗസുകൾക്ക് പ്രത്യേക കിഴിവുകൾ കിട്ടി എന്നിരിക്കെയാണ് ഈ നഷ്ടം. കാപ്പി പ്രചരിപ്പിക്കാൻ വാനുകളും സിനിമ കാണിക്കലും പ്രദർശനങ്ങളിൽ പങ്കെടുക്കലുമൊക്കെ മതി. സ്ഥിരം കോഫീ ഹൗസുകൾ നടത്തുന്നതിനേക്കാൾ നല്ലത് അതാണ്. കാപ്പി പ്രചരിപ്പിക്കുക എന്ന ദൗത്യം കോഫീ ഹൗസുകൾ നിറവേറ്റിക്കഴിഞ്ഞു. ഒരു സർക്കാർ സ്ഥാപനം കോഫീ ഹൗസുകൾ നടത്തുന്നത് നഷ്ടമാണ്. ഹോട്ടലുകൾ നന്നായി നടത്താൻ കഴിയുക കച്ചവടക്കാർക്കാണ്. അതിനാൽ, കോഫീ ഹൗസുകൾ, മുതലാളിമാരെ ഏല്പിക്കണമെന്ന് കമ്മീഷൻ ശുപാർശയും ചെയ്തു. ഈ റിപ്പോർട്ടാണ് കേന്ദ്രസർക്കാർ അംഗീകരി

ച്ചത്. പ്ലാന്റേഷൻ എൻക്വയറി കമ്മീഷൻ റിപ്പോർട്ട് കേന്ദ്ര സർക്കാർ അംഗീകരിച്ചതോടെയാണ് കോഫീ ഹൗസ് അടയ്ക്കൽ തീരുമാനം ശരിക്കുമുണ്ടായത്.

ഇതിന്റെയെല്ലാം തുടർച്ചയായിരുന്നു. 1957 മെയ് മാസം ബോർഡ് കൈക്കൊണ്ട തീരുമാനം.

വായനക്കാർ മനസ്സിലാക്കണം: സ്വകാര്യവല്ക്കരണവാദം പുതിയതേയല്ല. അൻപതുകളിൽത്തന്നെ അത് ഇവിടെയുണ്ടായിരുന്നു.

ഈ നയംമാറ്റത്തെ ചരിത്രത്തിന് പലമട്ടിൽക്കാണാം. ഞാനതിനെക്കാണുക, മുതലാളിത്തത്തിന്റെ സ്വഭാവം പുറത്തുവന്നതായാണ്. കാപ്പിക്കു വിപണിയുണ്ടാക്കാൻ അവർ കോഫീ ഹൗസുകൾ തുറന്നു. വിപണിയുണ്ടായപ്പോൾ കോഫീ ഹൗസുകൾ പൂട്ടി. അതിനവർക്കു കാരണം പറയേണ്ടിയിരുന്നു. സർക്കാർ സ്ഥാപനം കാപ്പിക്കട നടത്തേണ്ടതില്ലെന്ന വാദം അവർ കണ്ടുപിടിച്ചു. കോഫീ ഹൗസുകൾ നഷ്ടത്തിലാണെന്നത് രണ്ടാമത്തെ ന്യായമായി. നഷ്ടത്തിനുത്തരം പറയേണ്ടിയിരുന്ന ഏമാന്മാരെ ഒഴിവാക്കി, പാവങ്ങളായ ഞങ്ങളെ മാത്രം പറഞ്ഞുവിടാൻ തീരുമാനിക്കുകയും ചെയ്തു. അതിനുമുമ്പ് ഒന്നരപ്പതിറ്റാണ്ടുകാലം അവർ ഇതൊന്നുമോർത്തില്ല. സർക്കാർപ്പണമെടുത്ത് കാപ്പി പ്രചരിപ്പിക്കേണ്ടത് അന്നവരുടെ ആവശ്യമായിരുന്നു.

ബോർഡ് ഇന്ത്യൻ കാപ്പി വ്യവസായത്തെ മുതലാളിത്തയുഗത്തിലെത്തിച്ചെങ്കിൽ, കോഫീ ഹൗസുകൾ കാപ്പിയെ ജനകീയ പാനീയമാക്കിയെങ്കിൽ, ആ പടയോട്ടത്തിലെ മുന്നണിക്കുതിരകളായ കോഫീ ഹൗസ് തൊഴിലാളികൾ കാര്യം കഴിഞ്ഞപ്പോൾ അങ്ങനെ കറിവേപ്പിലപോലെ വലിച്ചെറിയപ്പെട്ടു.

വായനക്കാരെ, ഇന്ത്യൻ കാപ്പിയുടെ കഥയിൽ ബാബാ ബുഡന്റെ സാഹസികതയും ഐവർ ബുളിന്റെ ദൂരക്കാഴ്ചയും സൈമൺ സാറിന്റെ സാമർത്ഥ്യവും മാത്രമല്ല, ഇതുകൂടിയുണ്ട് - ഇന്ത്യാ കോഫീ ഹൗസ് തൊഴിലാളികളോട് ഭരണകർത്താക്കൾ കാണിച്ച കൊടിയവഞ്ചന. നമ്മുടെ കാപ്പിച്ചരിത്രത്തിലെ കറുത്ത താളാണത്. കാപ്പി കണ്ടെത്തിയ കാപ്പിരിയായ ആട്ടിടയൻ മുതൽ, കാപ്പിയെ സ്വാർത്ഥതയില്ലാതെ ലോകത്തിനു തന്ന ബാബയടക്കം, കാപ്പിയെ ഇന്നത്തെ കാപ്പിയാക്കിയ പാവപ്പെട്ട ഞങ്ങൾ വരെയുള്ളവർ സൃഷ്ടിച്ച കാപ്പിച്ചരിത്രത്തിലെ നല്ല മൂല്യങ്ങളത്രയും ചവിട്ടിത്തേച്ചാണ് ആ തീരുമാനമുണ്ടായതെന്ന് വായനക്കാർക്കു ബോദ്ധ്യപ്പെട്ടുകാണുമല്ലോ.

ഞങ്ങൾ അനുഭവിച്ചത്

കോഫീ ഹൗസ് അടയ്ക്കുമ്പോൾ ഒരു കാര്യം ആരും ചിന്തിച്ചില്ല. പണി പോകുന്ന പാവങ്ങളായ ഞങ്ങളുടെ നാളയെപ്പറ്റി. അതിന്മേൽ ഒരു

ചർച്ച — അങ്ങനെയൊന്നുണ്ടല്ലോ - ബോർഡ് യോഗത്തിൽ അതുണ്ടായേയില്ല. ഞങ്ങളെക്കുറിച്ച് എന്തെങ്കിലുമൊരു വേവലാതി - ആർക്കുമുണ്ടായില്ലെങ്കിലും ഇന്ത്യാ ഗവൺമെന്റിനുണ്ടാകണമല്ലോ അത് - ങേഹേ, ഇക്കാര്യത്തിൽ അതുമുണ്ടായില്ല. അതിനൊക്കെ മറ്റൊരു ജീവിതദർശനം വേണ്ടേ? അതെങ്ങനെ ഐ എ എസ്സുകാർ ഭരിക്കുന്ന കോഫീ ബോർഡിനുണ്ടാകാൻ? കോൺഗ്രസ് നയിക്കുന്ന ജവാഹർലാൽ നെഹ്റു ഗവൺമെന്റിനു കിട്ടാൻ?

അങ്ങനെ, കോഫീ ഹൗസുകൾ ഒന്നൊന്നായി പൂട്ടി ഞങ്ങളെ കൂട്ടം കൂട്ടമായി തെരുവിലിറക്കിവിട്ടു. കേന്ദ്ര സർക്കാരിന്റെ വകയായിരുന്നു കോഫീ ബോർഡ്. അതിനുകീഴിലുള്ള കോഫീ ഹൗസുകൾക്ക് ഇങ്ങനെയൊരു വിധി വരുമെന്ന് ആരും കരുതിയിരുന്നില്ല. അതാണ് സംഭവിച്ചത്. ഇന്ത്യയുടെ ചരിത്രത്തിലാദ്യമായിരുന്നു അങ്ങനെയൊരു സംഭവം.

എന്റെ ഊഴം 1957 ഡിസംബർ 31 നായിരുന്നു അന്നെനിക്കു നഷ്ടപ്പെട്ടത് വെറുമൊരു ജോലിയായിരുന്നില്ല - വലിയ അലച്ചിലിലൂടെ കിട്ടിയ ജീവിതമായിരുന്നു; ആജന്മസമ്പാദ്യം തന്നെയായിരുന്നു.

എന്റെ നഷ്ടം

ഒരു കുഗ്രാമത്തിൽ, ആലപ്പുഴ ജില്ലയിലെ ചേർത്തല താലൂക്കിലെ പള്ളിപ്പുറത്ത്, ഒരു മരുമക്കത്തായത്തറവാട്ടിൽ, ഒരു കർഷകകുടുംബത്തിൽ ദുരധികാരിയായ കാരണവർക്കുകീഴിൽ, ദരിദ്രരായ അച്ഛനമ്മമാരുടെ മൂന്നാമത്തെ മകനായാണ് ഞാൻ ജനിച്ചത്. നാലാം ക്ലാസു ജയിച്ചതിനുശേഷം തറവാട്ടിൽനിന്നു പഠിക്കാൻ വിട്ടില്ല. അങ്ങനെ പഠിത്തം മുടങ്ങി. ചെറുപ്പത്തിലേ പണിക്കിറങ്ങി, തൊഴിലാളിയുമായി.

ഞാൻ ചെയ്യാത്ത പണിയില്ലെന്നു പറയാം. പഠിക്കുമ്പോഴേ തുടങ്ങി അത്. ആദ്യം വീട്ടിൽത്തന്നെ - പറമ്പിലെ കൃഷി, ഓല മെടയൽ, ഒപ്പം ചികിരി പിരിച്ച് ചന്തയിൽക്കൊടുത്തു കാശുണ്ടാക്കലും. അന്ന് നാട്ടിൻപുറങ്ങളിലെ ഏതാണ്ടെല്ലാ വീട്ടിലുമുണ്ടായിരുന്നു അത്തരം പണികൾ. പഠിപ്പുമുടങ്ങിയതോടെയാണ് ഞാൻ ശരിക്കും തൊഴിലാളിയായത്. കയർ ഫാക്ടറിയിൽ കയറു മാടിക്കൊടുക്കലായിരുന്നു ആദ്യത്തെ ജോലി. ആഴ്ചയിൽ 24 ചക്രം കൂലി. പിന്നെ കപ്പലണ്ടി വില്ക്കൽ, മുറുക്കാൻ കട നടത്തൽ, വക്കീലിന്റെ കൊച്ചുഗുമസ്തൻ, കാര്യസ്ഥൻ എന്നിങ്ങനെ ഒത്തിരി ജോലികൾ.

അത് രണ്ടാം ലോക മഹായുദ്ധകാലമായിരുന്നു. ഗ്രാമങ്ങൾ വറുതിയിലായിരുന്നു. നാലുകാശിന് ഉറപ്പുള്ള ഒരുജോലി കിട്ടാക്കനിയാണ്. അന്നാട്ടിൽ അക്കാലത്ത് എന്നെപ്പോലൊരുത്തന് കൊച്ചു ഗുമസ്തനോ കാര്യസ്ഥനോ ആയപ്പോൾ നിർത്താമായിരുന്നു. എനിക്ക് കണക്ക് നന്നായി വഴങ്ങുമായിരുന്നു. എന്റെ കൈയക്ഷരം വളരെ നല്ലതുമായിരുന്നു. അതു

കൊണ്ട് ആ പണികളിൽ എനിക്കു കേമമായ ഭാവിയുണ്ടായിരുന്നു എന്റെ മുതലാളി കല്ലറയ്ക്കൽ കടവിലെ കെ ടി ജോസഫ് നല്ല വക്കീലുമായിരുന്നു. പക്ഷേ, എനിക്കെന്തോ മതിവന്നില്ല.

മാറ്റങ്ങളുടെകൂടി കാലമായിരുന്നു അത്. പഴയ ജീവിതം തകരുകയായിരുന്നു. ഗ്രാമങ്ങളുടെ നാശത്തിൽനിന്ന് ആധുനിക നഗരങ്ങൾ ജനിക്കുകയായിരുന്നു. അവ ഗ്രാമീണരെ മാടിവിളിക്കുകയായിരുന്നു. അതുകൊണ്ട് ഒരു നല്ല ജോലി, അന്തസ്സുള്ള ജോലി, മാറിക്കൊണ്ടിരുന്ന കാലത്തിനിണങ്ങിയ ജോലി, ഒരു ആധുനികജോലി, ഒരു നാഗരികജോലി, എന്നെ സ്വന്തം കാലിൽ നിർത്തുന്ന ഒരു സ്ഥിരം ജോലി – അതായിരുന്നു എന്റെ മോഹം.

അതിനുവേണ്ടി ഞാൻ ഒളിച്ചോടി. വൈക്കത്തും പിന്നെ എറണാകുളത്തുമെത്തി. കല്ലുചുമട്, അടുക്കളപ്പണി, ഹോട്ടൽപ്പണി, റേഷൻ കടയിൽ കണക്കെഴുത്ത്, കൊച്ചിത്തുറമുഖത്ത് വാട്ടർ ബോയ് എന്നീ പണികൾ ചെയ്തു. രണ്ടു തവണ പരിചയക്കാർ കണ്ടെത്തി. പിന്നാലേ വീട്ടുകാരെത്തി കൂട്ടിക്കൊണ്ടുപോവുകയും ചെയ്തു. പക്ഷേ, ഞാൻ പിന്നെയും പിന്നെയും ഒളിച്ചോടി. മൂന്നാമത്തെ ഒളിച്ചോട്ടമാണ് കോഫീ ഹൗസ് ജോലിയിൽ അവസാനിച്ചത്. 'പപ്പനാവന്റെ നാലു ചക്രം' കിട്ടുന്ന ഒരു ജോലിയായിരുന്നു അന്നൊക്കെ തിരുവിതാംകൂറുകാരുടെ മോഹം. എനിക്കു കിട്ടിയതാകട്ടെ, ജോർജ്ജ് ആറാമന്റെ പണം കിട്ടുന്ന പണിയായിരുന്നു.

എനിക്കു കോഫീ ഹൗസിൽ ജോലി കിട്ടിയത് 1945 ലാണ്. അന്ന് കോഫീ ഹൗസ് തൊഴിലാളിയുടെ ജീവിതം അടിമയെപ്പോലെയായിരുന്നു. പക്ഷേ, എന്റെയുള്ളിലുള്ള തൊഴിൽസങ്കല്പത്തിനുവേണ്ട എന്തൊക്കെയോ ആ ജോലിക്കുണ്ടായിരുന്നു.

കോഫീ ഹൗസിൽ ഒരു പന്തീരാണ്ടുകാലം ഞാൻ എല്ലുമുറിയേ വേല ചെയ്തു. കഷ്ടപ്പാടുകൾക്കെതിരെ സഖാക്കളോടൊപ്പം പൊരുതി. അതെല്ലാം പതിയേ മാറി, അമ്പതുകളുടെ രണ്ടാംപകുതിയോടെ കോഫീ ഹൗസിലും വന്നു നല്ലകാലം.

പത്താം തരം ജയിച്ചാൽ നാലാം തരം ജോലിക്കാർക്ക് സ്ഥാനക്കയറ്റം നല്കാമെന്ന് ബോർഡ് സമ്മതിച്ചു. അതോടെ, ഞങ്ങൾക്കൊക്കെ ഒരു ലക്ഷ്യമുണ്ടായി. എന്തിനുവേണ്ടി ഞാൻ നാടുവിട്ട് അലഞ്ഞുവോ, ഓരോ ജോലിയും വേണ്ടെന്നുവച്ചുവോ, ചുമട്ടുജോലി മുതൽ അടുക്കളപ്പണിവരെ ചെയ്തുവോ, ആ ലക്ഷ്യം ഇതാ കൈപ്പാടകലെ. ഞാൻ രാത്രികാല ക്ലാസിൽച്ചേർന്നു. ബോർഡിൽത്തന്നെ ഉയർന്ന ജോലിയിലെത്തുകയെന്ന ലക്ഷ്യം എന്നെ ഉത്തേജിപ്പിച്ചു. കുറച്ചുകാലംകൂടി കിട്ടിയിരുന്നെങ്കിൽ ഞാൻ അതു നേടുമായിരുന്നു. അപ്പോഴേക്കാണ്, കോഫീ ഹൗസുകൾ അടയ്ക്കാനുള്ള തീരുമാനം വന്നതും ആ പാപികൾ എന്നെ തെരുവിലേക്കു വലിച്ചെറിഞ്ഞതും.

എന്റെയൊപ്പം തെരുവിലിറങ്ങിയവരിൽ ഏറെപ്പേരും എന്നെപ്പോലെ പാവങ്ങളായ മലയാളിയുവാക്കളായിരുന്നു. മലയാളിപങ്കാളിത്തംകൂടിയുള്ള ഒരു ബോർഡിൽനിന്നാണ് മലയാളികൾക്കെതിരായ ആ തീരുമാനമുണ്ടായത്.

ഒരു വില്ലൻ

കോഫീ ഹൗസ് അടയ്ക്കാനുള്ള ആ ശപിക്കപ്പെട്ട തീരുമാനമെടുത്തവരിൽ ഒരാളെ പേരു പറഞ്ഞാൽ ഏതു മലയാളിയും അറിയും — കെ കരുണാകരൻ. അതേ, പില്ക്കാലത്ത് മുഖ്യമന്ത്രിയും കേന്ദ്രമന്ത്രിയുമൊക്കെയായ സാക്ഷാൽ കരുണാകരൻതന്നെ!

അന്നു ബോർഡിലെ തൊഴിലാളി പ്രതിനിധിയായിരുന്നു അദ്ദേഹം. ജോലിപോകുന്നവരിൽ മിക്കവരും മലയാളികളായിരുന്നു. എന്നിട്ടും തൊഴിലാളികളുടെയും മലയാളികളുടെയും ആ കൂട്ടമരണശിക്ഷാവിധിയിൽ അദ്ദേഹവും ഒപ്പുവച്ചു. ബോർഡിൽ തൊഴിലാളി പ്രതിനിധിയായി കരുണാകരൻ വന്നത് ഞങ്ങളോ ഞങ്ങളുടെ ഏകസംഘടനയോ വഴിയായിരുന്നില്ല. ഞങ്ങളുടെ നേതാവല്ലാത്ത അദ്ദേഹത്തെ ഞങ്ങളുടെ പേരിൽ ബോർഡിലേക്കു നോമിനേറ്റ് ചെയ്യുകയായിരുന്നു. ഇന്ത്യാ ഗവൺമെന്റ്. തൊഴിലാളിയുടെ വിധി നിർണ്ണയിക്കുന്ന ഒരു സന്ദർഭം വന്നപ്പോൾ അദ്ദേഹം ഞങ്ങളെ കൈവിട്ട് സർക്കാരിനോടു കൂറുംകാട്ടി!

അല്ലെങ്കിൽ ഞാനെന്തിനു കരുണാകരനെ കുറ്റംപറയണം? അദ്ദേഹത്തിന്റെ പാർട്ടിയല്ലേ ശരിക്കും ഞങ്ങളുടെ കൂട്ടക്കുരുതിക്കു ശീട്ടെഴുതിയത്?

അതിനും രണ്ടുകൊല്ലം മുമ്പ്, 1955 ൽ ആവടിയിൽച്ചേർന്ന കോൺഗ്രസ് സമ്മേളനം സോഷ്യലിസ്റ്റ് മാതൃക ദേശീയ ലക്ഷ്യമായി പ്രഖ്യാപിച്ചിരുന്നു. അതിനു ഞാൻ ദൃക്സാക്ഷിയുമാണ്. കോൺഗ്രസ് സമ്മേളനനഗരിയിൽ ഒരു കോഫീ ഹൗസ് തുറന്നു പ്രവർത്തിച്ചിരുന്നു. അന്നു മദിരാശി കോഫീ ഹൗസിൽ ജോലി ചെയ്തിരുന്ന എന്നെ ആ പ്രത്യേക ശാഖയിലേക്കു നിയോഗിച്ചിരുന്നു.

ആവടി സമ്മേളനതീരുമാനത്തെ മാനിച്ചിരുന്നെങ്കിൽ കോൺഗ്രസ് സർക്കാരിന് കോഫീ ഹൗസുകൾ അടയ്ക്കുന്നതിനു പച്ചക്കൊടി കാണിക്കാൻ കഴിയുമായിരുന്നില്ല. സോഷ്യലിസ്റ്റ് സമൂഹത്തിനിണങ്ങിയ ഒരു പൊതുമേഖലാ സ്ഥാപനമായിരുന്നു കോഫീ ഹൗസ്. എന്നിട്ടും ആ പാർട്ടിക്കും അതിന്റെ ഗവൺമെന്റിനും ഈ മഹാപാപം ചെയ്യാൻ കൈയറപ്പുണ്ടായില്ല. ആ പാർട്ടിയുടെ ആളെന്ന നിലയ്ക്കാണ് കരുണാകരൻ ഈ പാപത്തിൽ പങ്കാളിയായത്. അദ്ദേഹം ഒരുപക്ഷേ, വ്യക്തിയെന്ന നിലയ്ക്ക് നിസ്സഹായനായിരുന്നിരിക്കാം. എങ്കിലും ഇതു ചരിത്രമാണ്. സത്യമാണ്, ഈ കഥയിലെ വില്ലന്മാരിലൊരാൾ കരുണാകരനാണ്. ഞാൻ ഇത് ഇവിടെപ്പറഞ്ഞേ മതിയാകൂ.

ജോലി പോയപ്പോൾ

ഇന്നും ഞാനോർക്കുന്നു: ജോലി പോകുമ്പോൾ എനിക്ക് ഇരുപത്തേഴു വയസ്സായിരുന്നു. ഒരു വ്യാഴവട്ടക്കാലം പണിയെടുത്ത സ്ഥാപനത്തിൽ നിന്നു പടിയിറങ്ങുമ്പോൾ എനിക്കു കിട്ടിയത് 280 രൂപയാണ്! നാലു പവൻ പൊന്നിന്റെ വില മാത്രമായിരുന്നു അന്നത്.

അന്ന് എന്റെ കല്യാണംകഴിഞ്ഞിട്ട് രണ്ടുകൊല്ലം തികഞ്ഞിട്ടില്ലായിരുന്നു. എന്റെ അച്ഛൻ നാട്ടിലെ ഒരു ജന്മികുടുംബമായ കല്ലറയ്ക്കൽ കടവന്മാരുടെ കാര്യസ്ഥനും ആസാദ് ഹിന്ദ് ബാങ്കിലെ വ്യവഹാര കാര്യസ്ഥനും കുട്ടികൾക്കു ട്യൂഷൻ കൊടുക്കുന്ന അദ്ധ്യാപകനുമായിരുന്നു. കുടുംബം പുലർത്താൻ ഒരേസമയം പലപാട് അത്യദ്ധ്വാനം ചെയ്തിരുന്ന ഒരാൾ. അതുകൊണ്ട്, ഭാര്യയ്ക്കു പുറമേ അച്ഛനും അമ്മയും ഏഴു സഹോദരങ്ങളുമടങ്ങുന്ന വലിയ കുടുംബത്തിന്റെ പാതി ഭാരം കൂടി എന്റെ ചുമലിലായിരുന്നു.

ആ വലിയ കുടുംബത്തിന്റെ കഞ്ഞിപ്പാത്രമാണ് ബോർഡ് തട്ടിയെറിഞ്ഞത്. പക്ഷേ, ഞങ്ങൾ തെരുവുതെണ്ടികളായില്ല. ജീവിച്ചു; മാനമായിത്തന്നെ. കുടുംബം രക്ഷിക്കാനും ഓരോരുത്തരെയും ഓരോ കരപറ്റിക്കാനും എനിക്കു കഴിഞ്ഞു. അഹോരാത്രം പണിയെടുക്കേണ്ടി വന്നിട്ടുണ്ട്. പലപ്പോഴും എല്ലാം തീർന്നെന്നു തോന്നിയിട്ടുമുണ്ട്. പക്ഷേ, ഞാൻ തോറ്റില്ല.

എങ്ങനെയെങ്കിലും അങ്ങു കഴിഞ്ഞുകൂടുകയല്ല, ഞാനടക്കമുള്ള ജോലിപോയ കോഫീ ഹൗസ് തൊഴിലാളികൾ ചെയ്തത്. കോഫീ ബോർഡിലായിരുന്നെങ്കിൽ കഴിയുന്നതിനേക്കാൾ മാനമായിത്തന്നെയാണ് ഞങ്ങൾ ജീവിച്ചത്.

നാടുഭരിച്ചവർ തെരുവിലിറക്കിവിട്ട ഞങ്ങൾ എന്തേ തെണ്ടിയില്ല? എങ്ങനെയാണ് ഞങ്ങൾ ആ കറുത്തകാലം അതിജീവിച്ചത്? എങ്ങനെയാണ് ഞങ്ങൾ ചരിത്രം കുറിച്ച വിജയം നേടിയത്?

ആ കഥയാണ് എനിക്കു പറയാനുള്ളത്.

2

ഞങ്ങൾ സമരത്തിലേക്ക്

ഇന്ത്യാ കോഫീ ബോർഡ് ലേബർ യൂണിയൻ — അതായിരുന്നു ഞങ്ങളുടെ സംഘടനയുടെ പേര്. ഉജ്ജ്വലമായ ഒരു ചരിത്രമാണ് യൂണിയനുണ്ടായിരുന്നത്.

ഞങ്ങളുടെ യൂണിയൻ ഒരു രഹസ്യസംഘടനയായി തീയിൽ മുളച്ചു. നെഞ്ചൂക്കുള്ളവരുടെ സംഘമായി അത് പൊരുതിപ്പൊരുതി വളർന്നു. മഹാഭൂരിപക്ഷം തൊഴിലാളികളെയും ഉൾക്കൊണ്ട് അത് ഇന്ത്യയിലെ മുഴുവൻ കോഫീ ഹൗസുകളിലേക്കും പടർന്നു. കമ്യൂണിസ്റ്റുകാരെ സർക്കാർ സർവ്വീസിന്റെ നാലയലത്തുപോലും അടുപ്പിക്കാത്ത ഒരു കാലത്ത് അത് ഇന്ത്യൻ ഭരണവർഗ്ഗങ്ങളുടെ പേടിസ്വപ്നമായിരുന്ന എ ഐ ടി യു സിയിൽ ചേർന്നു. അടിമകളായിരുന്ന കുറേ തൊഴിലാളികൾക്ക് അത് മനുഷ്യപദവി പിടിച്ചുവാങ്ങിക്കൊടുത്തു.

ആ നേട്ടത്തിന്റെ കഥ ഇങ്ങനെയാണ്.

അടിമത്തകാലം

നാല്പതുകളിൽ ഈ നാട്ടിൽ തൊഴിലാളിക്ക് ഒരു വിലയുമുണ്ടായിരുന്നില്ല. ശരിക്കും അടിമയായിരുന്നു തൊഴിലാളി. കോഫീ ഹൗസിലെ സ്ഥിതിയും അതായിരുന്നു.

പുലർച്ചെമുതൽ പാതിരാവരെയായിരുന്നു ജോലി. പതിനാലു മുതൽ പതിനെട്ടു മണിക്കൂർ വരെ. വിശ്രമസമയമില്ല. ആഴ്ചയവധിയില്ല. ശമ്പളം തീരെക്കുറവ്. ഉദ്യോഗസ്ഥരുടെ വീട്ടുപണിവരെ ചെയ്യിക്കും. കോഫീ ഹൗസിൽവച്ച് തൊഴിലാളികളെക്കൊണ്ട് പരസ്യമായി ഷൂ പോളീഷ് ചെയ്യിക്കുന്ന ഏമാന്മാർവരെയുണ്ടായിരുന്നു. ഏമാന്മാർക്കുമുന്നിൽ വായ്ക്കൈ പൊത്തിമാത്രമേ തൊഴിലാളിക്ക് കാര്യങ്ങൾ പറയാൻ കഴിയുമായിരു

ന്നുള്ളൂ. 'അനുസരണക്കേട്' കാട്ടിയാൽ സ്ഥലം മാറ്റും. അല്ലെങ്കിൽ എന്തെങ്കിലും പറഞ്ഞു ജോലികളയും. എന്തിനേറെ, ഔദ്യോഗിക കടലാസുകളിൽ നാലാംതരം തൊഴിലാളികളുടെ പേരിനു മുന്നിൽ 'ശ്രീ' എന്നു ചേർക്കില്ലെന്നുവരെ ബോർഡിനു വാശിയായിരുന്നു.

ഒരിടത്ത് മേലുദ്യോഗസ്ഥർക്ക് പദവിയും പണവും പാരിതോഷികങ്ങളും വീണ്ടും വീണ്ടും കിട്ടുമ്പോഴാണ് അപ്പുറത്ത് ഞങ്ങൾ ഈ നിലയിൽക്കഴിഞ്ഞത്. കാപ്പി പ്രചാരണത്തിന്റെ വിജയം അംഗീകരിച്ച് ഒരുകൈകൊണ്ട് സൈമൺ സാറിന് ബോർഡ് സ്ഥാനക്കയറ്റവും സർക്കാർ റാവു ബഹാദൂർ പദവിയും കൊടുത്തപ്പോൾത്തന്നെയാണ് അദ്ദേഹത്തിന്റെ വിജയരഥമോടിച്ച ഞങ്ങളെ മറുകൈകൊണ്ട് അടിമത്തത്തിലേക്കും പഞ്ഞത്തിലേക്കും തള്ളിയിട്ടത്.

യൂണിയൻ വരുമ്പോൾ എന്തായിരുന്നു കോഫീ ഹൗസിലെ സ്ഥിതി? അതറിയാൻ ഒരു രേഖയുണ്ട്. 1948 ഒക്ടോബറിൽ യൂണിയൻ ഒന്നാം സമ്മേളനം അംഗീകരിച്ച അവകാശപത്രിക. അതിലെ മുഖ്യ ആവശ്യങ്ങൾ മൂക്കത്തു വിരൽവച്ചുകൊണ്ടല്ലാതെ ഇന്നത്തെ വായനക്കാർക്കു വായിക്കാനാവില്ല!

യൂണിയനെ അംഗീകരിക്കുക, ശമ്പള കമ്മീഷൻ ശുപാർശകൾ നാലാംതരം ജീവനക്കാർക്കും ബാധകമാക്കുക, ആറുമാസം ജോലി പൂർത്തിയാക്കിയവരെ സ്ഥിരപ്പെടുത്തുക, തൊഴിലാളികളെ സംബന്ധിച്ച ബോർഡിന്റെ നിയമങ്ങൾ നടപ്പാക്കുകയും എല്ലാ കോഫീ ഹൗസുകളിലും പ്രാബല്യത്തിൽ വരുത്തുകയും ചെയ്യുക, രണ്ടുമാസത്തെ ശമ്പളമെങ്കിലും ബോണസ്സായി തരിക, ഒരു മാസത്തെ അവകാശാവധിയും സിക്ക് ലീവും അനുവദിക്കുക, സ്ഥലം മാറ്റം നീതിയുക്തമാക്കുക, പ്രൊവിഡന്റ് ഫണ്ട് ഏർപ്പെടുത്തുക, സൗജന്യ വൈദ്യസഹായം ഏർപ്പെടുത്തുക, മാനേജർമാരുടെ റിപ്പോർട്ടുമാത്രം വച്ച് തൊഴിലാളികളെ പിരിച്ചുവിടുന്ന രീതി അവസാനിപ്പിക്കുക, കൃത്യമായ സർവ്വീസ് നിയമങ്ങൾ ഉണ്ടാക്കുക എന്നിവയായിരുന്നു ആവശ്യങ്ങൾ.

ഈ നിലയിൽനിന്നാണ് ആഴ്ചയവധി, പ്രൊവിഡന്റ് ഫണ്ട്, സർക്കാർ ഒഴിവുകൾ, ഫാക്ടറീസ് ആക്ട്, അപകട നഷ്ടപരിഹാര നിയമം, 8 മണിക്കൂർ ജോലി സമയം എന്നിവയൊക്കെ നടപ്പായത്. ഔദ്യോഗിക കത്തുകളിൽ നാലാംതരം തൊഴിലാളികളുടെ പേരിനു മുന്നിൽ 'ശ്രീ' എന്നു ചേർക്കാൻ ബോർഡ് സമ്മതിച്ചത് അൻപതുകളുടെ പകുതിയോടെയാണ്! ഈ മിതമായ അവകാശം കിട്ടാൻ സ്വതന്ത്ര ഇന്ത്യയിൽപ്പോലും ഞങ്ങൾക്കു പൊരുതേണ്ടിവന്നെന്നത് ചരിത്രസത്യം മാത്രമാണ്. വായനക്കാരേ, ഇന്നു നമ്മളെല്ലാവരും ആസ്വദിക്കുന്ന ഈ സ്വാതന്ത്ര്യമുണ്ടല്ലോ, അത് 1947 ആഗസ്ത് 14 ന് പാതിരായ്ക്ക് സായിപ്പ് മൊത്തമായി തന്നിട്ടു പോയതല്ല!

യൂണിയൻ ജനിക്കുന്നു

അടിമത്താവളമായിരുന്ന കോഫീ ഹൗസുകളിൽ എങ്ങനെ യൂണിയനുണ്ടായി? അങ്ങനെയൊരു കാലത്ത് എങ്ങനെ അതു സാധിച്ചു? എങ്ങനെ അതു വേരു പിടിച്ചു?

യൂണിയന്റെ പിറവിക്കുപിന്നിൽ ഏതാനും ധീരന്മാരായിരുന്നു കൃത്യമായിപ്പറഞ്ഞാൽ മൂന്നുപേർ - എം ചാത്തുക്കുട്ടി, കെ എൻ നാരായണൻ, ടി പി രാഘവൻ. മൂവരും കോഴിക്കോട്ടുകാരായിരുന്നു. ടി പി രാഘവൻ കമ്യൂണിസ്റ്റ് പാർട്ടി അംഗമായിരുന്നു. കെ എൻ നാരായണൻ പില്ക്കാലത്ത് ദേശാഭിമാനി അസോസിയേറ്റ് എഡിറ്ററായ അപ്പുക്കുട്ടൻ വള്ളിക്കുന്നിന്റെ മൂത്ത സഹോദരിയുടെ ഭർത്താവായിരുന്നു ഈ മൂന്നുപേരും ഇന്നില്ല.

ഇവരാണ് കോഫീ ഹൗസിൽ കലാപക്കൊടിയുയർത്തിയത്. 1946 ലായിരുന്നു അത്. “കോഫീ ഹൗസ് തൊഴിലാളികളും മനുഷ്യരാണ്” എന്ന ഒരു ലഘുലേഖയെഴുതി ഇവർ തൊഴിലാളികൾക്കിടയിൽ വിതരണം ചെയ്തു. ഈ കുറിപ്പ് മലയാളത്തിലായിരുന്നു. “മാന്യതയുള്ള ജീവിതം നയിക്കാൻ ആഗ്രഹിക്കുന്നുണ്ടെങ്കിൽ നിങ്ങൾ സംഘടിക്കുക” എന്നായിരുന്നു അതിലെ ആഹ്വാനം. അന്നത് വലിയൊരു സംഭവമായിരുന്നു. ആ ലഘുലേഖ വായിച്ചാണ് ഞങ്ങളൊക്കെ യൂണിയന്റെ വഴിയിലേക്കു തിരിഞ്ഞത്.

ബാംഗ്ലൂരിൽ 1947 നവംബർ ഒൻപതിന് ഒരു രഹസ്യയോഗത്തിലാണ് യൂണിയൻ ഉണ്ടായത്. ഒൻപതു പേർ അതിൽ പങ്കെടുത്തു. ടി പി രാഘവൻ സെക്രട്ടറിയായി സെക്രട്ടേറിയറ്റ് ഉണ്ടാക്കി. എം ചാത്തുക്കുട്ടി - ജോയിന്റ് സെക്രട്ടറി, കെ എൻ നാരായണൻ - ഖജാൻജി, കെ ജെ ആന്റണി, കെ കുഞ്ഞിരാമൻ നമ്പ്യാർ, കെ പി ജോസഫ്, എം ടി റാഫേൽ - കമ്മിറ്റിയംഗങ്ങൾ, ജി പത്മനാഭൻ നായർ, എം പി മുഹമ്മദ് കോയ, പി ജെ ജോൺ - സബ്സ്റ്റിറ്റ്യൂട്ട് മെമ്പർമാർ എന്നിവരായിരുന്നു മറ്റു ഭാരവാഹികൾ. ഇവരിൽ ആന്റണിയും റാഫേലും ആലുവക്കാരും നമ്പ്യാർ കണ്ണൂർക്കാരനുമായിരുന്നു. ജോസഫിന്റെ നാട് വെള്ളാങ്ങല്ലൂർ. നായരുടേത് ഏഴിക്കര. കോയ കോഴിക്കോട്ടുകാരനും ജോൺ കോട്ടയത്തുകാരനുമായിരുന്നു.

തൊട്ടുപിന്നാലേ, 1947 ൽത്തന്നെ ഞാൻ ജോലി ചെയ്തിരുന്ന ബെല്ലാറിയിൽ യൂണിയനുണ്ടായി. എൻ കുട്ടപ്പക്കുറുപ്പ് പ്രസിഡന്റും ഞാൻ സെക്രട്ടറിയുമായി. കുറുപ്പ് കോഴിക്കോട്ടുകാരനായിരുന്നു. ആദ്യം രഹസ്യമായിട്ടാണ് ഞങ്ങൾ പ്രവർത്തിച്ചത്. പതുക്കെപ്പതുക്കെ പ്രവർത്തനം വെളിപ്പെട്ടു.

1948 ആയപ്പോഴേക്കും കാര്യങ്ങൾ മാറി. അംഗത്വം പരസ്യമായി നല്കാവുന്ന നിലവന്നു. മാർച്ച് ഏഴിന് അറുന്നൂറോളം അംഗങ്ങളായി. യൂണിയൻ രജിസ്റ്റർ ചെയ്തു. പിന്നാലേ, യൂണിയൻ നേതാക്കൾക്കെല്ലാം

ബോർഡിന്റെ നോട്ടീസ് കിട്ടി - പിരിച്ചുവിടാതിരിക്കാൻ കാരണം അറിയിക്കാൻ! നിയമപരമായിത്തന്നെ യൂണിയൻ പ്രവർത്തകർ മറുപടിയും കൊടുത്തു. അതോടെ അത് അവസാനിച്ചു. പക്ഷേ, എന്തും സംഭവിക്കാവുന്നതായിരുന്നു അവസ്ഥ.

കൊല്ക്കത്ത കോഫീ ഹൗസിലെ തൊഴിലാളികൾ 1948 ഏപ്രിലിൽ ആവേശകരമായ ഒരു സമരാദ്ധ്യായം കുറിച്ചു. ഈസ്റ്റർ അവധി വേണമെന്ന് അവർ എഴുതിക്കൊടുത്തു. അന്ന് കൊല്ക്കത്തയിൽ ഈസ്റ്റർ അവധിയില്ലായിരുന്നു. അതു ചോദിച്ചതോടെ ഭൂകമ്പമായി. പക്ഷേ, യൂണിയൻ ഉറച്ചു നിന്നു. ഏമാന്മാർക്കു മുട്ടുകുത്തേണ്ടിവന്നു. യൂണിയനെ പിപ്പിടി കാട്ടി ഒതുക്കാനാവില്ലെന്നു തെളിഞ്ഞു.

യൂണിയന്റെ ആദ്യസമ്മേളനം 1948 ഒക്ടോബറിൽ കോഴിക്കോട്ട് ചേർന്നു. 700 അംഗങ്ങളെ പ്രതിനിധാനം ചെയ്ത് 30 പേർ പങ്കെടുത്തു. *മാതൃഭൂമി* പത്രാധിപർ കെ പി കേശവമേനോൻ ഉദ്ഘാടനംചെയ്തു. കളത്തിൽ വർഗ്ഗീസ് പ്രസിഡന്റായി ഭാരവാഹികളെ തെരഞ്ഞെടുത്തു. ടി പി രാഘവൻ (ജനറൽ സെക്രട്ടറി), പി ജെ ജോൺ, പി സെഡ് തോമസ് - കൊല്ക്കത്ത (വെസ്റ്റ് പ്രസിഡന്റുമാർ), പി വി ശിവരാമൻ നായർ - പറവൂർ, ഒ വി ശങ്കരൻ - അന്തിക്കാട് (അസിസ്റ്റന്റ് സെക്രട്ടറിമാർ), എം എസ് പങ്കജാക്ഷ മേനോൻ - പറവൂർ (ഖജാൻജി) എന്നിവരായിരുന്നു മറ്റു ഭാരവാഹികൾ.

ഇവരിൽ രാഘവനും ജോണും മുൻ ഭാരവാഹികളാണ്. പുതുതായി വന്നവരിൽ കളത്തിൽ വർഗ്ഗീസ് സാർ പ്രമുഖ പത്രപ്രവർത്തകനായിരുന്നു.

1949 ഒക്ടോബറിൽ മദിരാശിയിൽ രണ്ടാമത്തെ സമ്മേളനം ചേർന്നു. മന്ത്രി എം ഭക്തവത്സലം ഉദ്ഘാടനം ചെയ്തു. 800 അംഗങ്ങളെ പ്രതിനിധാനം ചെയ്ത്, 40 പേർ പങ്കെടുത്തു. പ്രസിഡന്റായി കളത്തിൽ വർഗ്ഗീസും ജനറൽ സെക്രട്ടറിയായി ടി പി രാഘവനും ഖജാൻജിയായി എം എസ് പങ്കജാക്ഷമേനോനും വീണ്ടും തിരഞ്ഞെടുക്കപ്പെട്ടു. വൈസ് പ്രസിഡന്റ് എ ശിവസ്വാമിയായിരുന്നു പുതിയ ഭാരവാഹി. അദ്ദേഹം പെരുമ്പാവൂർ സ്വദേശിയായിരുന്നു. കോഴിക്കോട്ടെ പ്രമുഖ അഭിഭാഷകൻ വി എ സെയ്ദ് മുഹമ്മദിനെ ലീഗൽ അഡ്വൈസറായി നിശ്ചയിച്ചു. ഇതോടെ ബോർഡിനു യൂണിയനുമായി അനൗദ്യോഗികബന്ധം സ്ഥാപിക്കേണ്ടതായും വന്നു.,

1950 നവംബറിൽ ബാംഗ്ലൂരിൽ മൂന്നാം സമ്മേളനം നടന്നു. 50 പേർ പങ്കെടുത്തു. വി എ സെയ്ദു മുഹമ്മദ് എം എ, എൽ എൽ ബി അദ്ധ്യക്ഷനായിരുന്നു. എ ഐ ടി യു സി പ്രസിഡന്റ് വി ചക്കരച്ചെട്ട്യാർ ബി എ ബി എൽ യൂണിയൻ പ്രസിഡന്റായി ഇത് യൂണിയന്റെ ചരിത്രത്തിലെ നിർണ്ണായകവഴിത്തിരിവാണ്. യൂണിയൻ കമ്യൂണിസ്റ്റ് ബന്ധം പരസ്യമാക്കിയത് ഇതോടെയാണ്.

1952 മെയ് മാസത്തിൽ ദില്ലിയിൽ നാലാം സമ്മേളനം നടന്നു. അരുണാ ആസഫലി ഉദ്ഘാടനം ചെയ്തു. എൻ എൻ മന്നാ അദ്ധ്യക്ഷനായിരുന്നു. യൂണിയൻ എ ഐ ടി യു സിയിൽ അഫിലിയേറ്റ് ചെയ്തു.

പില്ക്കാലത്ത് യൂണിയന് ഐതിഹാസികമായ നേതൃത്വം നല്കിയ എ കെ ഗോപാലൻ എം പി വൈസ് പ്രസിഡന്റായി. വി രാമൻ നായർ പുതിയ ജനറൽ സെക്രട്ടറിയായി. കേന്ദ്രം ദില്ലിയിലേക്കു മാറി. രാമൻ നായർ ചാലക്കുടി സ്വദേശിയും കോഫീ ബോർഡിൽ നാലാംതരം ജീവനക്കാരായിരുന്നു. ഈ ഘട്ടത്തിലാണ് കോഫീ ബോർഡിലെ മാർക്കറ്റിങ് വിഭാഗത്തിലെ ജോലിക്കാരും ചിക് മഗളൂരിലെ ബോർഡ് വക തോട്ടം തൊഴിലാളികളും യൂണിയനിൽ ചേർന്നത്.

1954 ജൂലൈയിൽ മുംബൈയിൽ അഞ്ചാം സമ്മേളനം നടന്നു. ഉദ്ഘാടനം എസ് എസ് മിറാജ്കർ. അദ്ധ്യക്ഷൻ എൻ എൻ മന്നാ. 1955 ൽ യൂണിയൻ അംഗസംഖ്യ 1,200 ആയി. 1956 ൽ ബാംഗ്ലൂരിലാണ് ആറാം സമ്മേളനം നടന്നത്.

1957 മേയ് ഒൻപതിന് ബാംഗ്ലൂരിൽ ഏഴാം സമ്മേളനം നടന്നു. ബോർഡ് ചെയർമാൻ കെ ശ്രീനിവാസൻ ഐ എ എസ് ഉദ്ഘാടനം ചെയ്തു. അത് യൂണിയന്റെ ചരിത്രത്തിലെ നിർണ്ണായകസന്ദർഭമായിരുന്നു. യൂണിയന്റെ വേദിയിലെത്തി ബോർഡ് ചെയർമാൻ സമ്മേളനം ഉദ്ഘാടനം ചെയ്തപ്പോൾ, ഒരുവ്യാഴവട്ടക്കാലത്തോളം ബോർഡിലെ ഉദ്യോഗസ്ഥ മേധാവികൾ വച്ചുപുലർത്തിയ പൊങ്ങച്ചമാണ് നിലംപൊത്തിയത്.

1955 ലാണ് യൂണിയന്റെ ശക്തിപ്രകടനമുണ്ടായത്. കോഫീ ബോർഡിന്റെ ചരിത്രത്തിലെ ഒന്നാമത്തെ പിരിച്ചുവിടൽ നീക്കമുണ്ടായപ്പോൾ. ചെലവു ചുരുക്കാനെന്നു പറഞ്ഞ് 100 തൊഴിലാളികളെയാണ് പിരിച്ചുവിട്ടത്. ജൂൺ 26 നു ചേർന്ന ബോർഡ് യോഗത്തിന്റേതായിരുന്നു ആ തീരുമാനം. യൂണിയൻ കോടതിയിലും പുറത്തും പൊരുതി. പണിമുടക്കൊഴിച്ചുള്ള എല്ലാ സമരമാർഗ്ഗവും കൈക്കൊണ്ടു. ബോർഡിന് പിരിച്ചുവിടൽനീക്കം ഉപേക്ഷിക്കേണ്ടിവന്നു. യൂണിയന്റെ കരുത്തും ആവശ്യവും തെളിഞ്ഞു.

1954 നും 57 നുമിടയ്ക്കാണ് യൂണിയൻ വലിയ നേട്ടങ്ങളുണ്ടാക്കിയത്. ഇക്കാലത്തെ മുഖ്യ നേട്ടങ്ങൾ ഇവയാണ്: യൂണിയനെ ബോർഡ് അംഗീകരിച്ചു. പിരിച്ചുവിട്ട 100 തൊഴിലാളികളെ തിരിച്ചെടുത്തു. കേന്ദ്ര സർക്കാർ ജീവനക്കാരുടെ മാതൃക സ്വീകരിച്ച് 50 ശതമാനം ഡി എ ശമ്പളത്തിൽ ലയിപ്പിച്ചു. അനാരോഗ്യകരമായ ഇടങ്ങളിൽ ജോലി ചെയ്യുന്നവർക്ക് പ്രത്യേക അലവൻസ് അനുവദിച്ചു. എച്ച് ആർ എയും സി സി എയും കേന്ദ്രജീവനക്കാരുടേതിനു തുല്യമാക്കി. അടിസ്ഥാന ശമ്പളം 300 രൂപയാക്കി. സിവിൽ സർവ്വീസ് മെഡിക്കൽ അറ്റൻഡൻസ് റൂളും മെഡിക്കൽ റീം ഇംബേഴ്സ്മെന്റും നടപ്പാക്കി.

ഇക്കാലത്തെ ഏറ്റവും വലിയ നേട്ടം ഇതൊന്നുമായിരുന്നില്ല. നാലാം തലം ജീവനക്കാരിൽ പത്താം ക്ലാസ് ജയിക്കുന്നവർക്ക് മൂന്നാം തരത്തിലേക്ക് പ്രൊമോഷൻ തരാൻ ബോർഡ് സമ്മതിച്ചു. നാലാംതരം ജീവനക്കാരോടുള്ള ബോർഡിന്റെ പഴയ മനോഭാവത്തിന്റെ സമ്പൂർണ്ണ തകർച്ച

യായിരുന്നു അത്. കാപ്പിപലഹാരങ്ങൾ ഉണ്ടാക്കുകയും വിളമ്പുകയും എച്ചിലെടുക്കുകയും പാത്രം കഴുകുകയും ചെയ്യുന്നവരെക്കൊണ്ട് അതിനു മാത്രമേ കഴിയൂ എന്ന വാശിയുടെ അന്ത്യം. ഉദ്യോഗസ്ഥ ദുഷ്പ്രഭുക്കളുടെ ചാതുർവർണ്യസങ്കല്പത്തിന്റെ അവസാനം. ഞങ്ങൾക്ക് അതു കിട്ടും മുമ്പ് കോഫീ ഹൗസുകൾ അടച്ച് ഞങ്ങളെ തെരുവിലിറക്കി വിട്ടു എന്നത് മറ്റൊരു കാര്യം.

ഇതോടൊപ്പം ഞങ്ങൾക്കൊരു 'കോട്ട'വുമുണ്ടായിരുന്നു - ഞങ്ങൾ ഒരിക്കലും പണിമുടക്കിയിരുന്നില്ല. യൂണിയൻ അംഗങ്ങളായ തോട്ടം തൊഴിലാളികൾ ധീരമായ ചില പണിമുടക്കുകൾ നടത്തിയിട്ടുണ്ട്. പക്ഷേ, കോഫീ ഹൗസ് തൊഴിലാളികൾക്ക് ഒരിക്കലും പണിമുടക്കേണ്ടിവന്നിരുന്നില്ല.

ആ യൂണിയന്റെ മുന്നിലാണ് പിരിച്ചുവിടൽ തീരുമാനം വന്നുവീണത്. ഒരു സമരപ്രഖ്യാപനത്തിലൂടെ യൂണിയൻ ആ വെല്ലുവിളി നേരിട്ടു. യൂണിയന്റെ സെൻട്രൽ സെക്രട്ടേറിയറ്റ് ബാംഗ്ലൂരിൽ കൂടി. സമരരംഗത്തിറങ്ങാൻ അംഗങ്ങളെ ആഹ്വാനംചെയ്തു. യൂണിയന്റെ സെക്രട്ടേറിയറ്റ് സമരസമിതിയായി മാറി.

ഉത്തരവാദിത്വമുള്ള സമരം

ഞങ്ങളുടെ സമരം തുടങ്ങി. സ്ഥാപനത്തിനു മുന്നിൽ കുത്തിയിരുപ്പില്ല. കൂട്ടയവധിയെടുക്കാലോ പണിമുടക്കോ ഇല്ല. മെല്ലെപ്പോക്കില്ല. കോഫീ ഹൗസ് എന്ന പൊതുജനസേവനകേന്ദ്രത്തെ ഒരു നിലയ്ക്കും ബാധിക്കാത്ത സമരം. കേന്ദ്രസർക്കാർ വകയായ ഒരു ബോർഡിന്റെ തൊഴിലാളികൾ പുലർത്തേണ്ട അച്ചടക്കവും അന്തസ്സും പുലർത്തിക്കൊണ്ടുള്ള സമരം.

സർക്കാരിനുമേൽ സമ്മർദ്ദം ചെലുത്തുക; ഒരു രാഷ്ട്രീയതീരുമാനമെടുപ്പിക്കുക. അതായിരുന്നു യൂണിയന്റെ പരിപാടി. കാരണം കോഫീ ഹൗസടയ്ക്കാനുള്ള തീരുമാനം നയപരമാണ്. ബോർഡും തൊഴിലാളികളും തമ്മിൽത്തീർക്കാവുന്നതല്ല. അതുകൊണ്ട് പ്രശ്നത്തിൽ യൂണിയൻ രാഷ്ട്രീയമായി ഇടപെട്ടു. പാർലമെന്റംഗങ്ങളുടെ ഒരു സംഘം വാണിജ്യ വ്യവസായ മന്ത്രി മൊറാർജി ദേശായിയെക്കണ്ടു. കോഫീ ഹൗസുകളടയ്ക്കരുതെന്ന് അഭ്യർത്ഥിച്ചു. യൂണിയന്റെ വൈസ് പ്രസിഡന്റ് എ കെ ഗോപാലൻ എം പി തന്നെയാണ് സംഘത്തെ നയിച്ചത്. ലോക്സഭയിലെ പ്രതിപക്ഷനേതാവുകൂടിയായിരുന്നു അദ്ദേഹം. 1957 മെയ് 25 നായിരുന്നു അത്. അടയ്ക്കൽ തീരുമാനം ബോർഡ് എടുത്തതിനു തൊട്ടുപിന്നാലെ.

ഇനി പ്രശ്നത്തിൽ മന്ത്രി ഒരു തീരുമാനമെടുക്കണം. അതു കാത്തിരുന്നു യൂണിയൻ. പക്ഷേ, ഞെട്ടിപ്പിക്കുന്ന ഒന്നാണ് പിന്നീടുണ്ടായത്. ബോർഡ് 'അംഗീകൃത കോഫീ ഹൗസ് പദ്ധതി' പ്രഖ്യാപിച്ചു - കോഫീ ഹൗസുകൾ മുതലാളിമാർക്കു കൈമാറാനുള്ള പദ്ധതി. അതും ഏകപക്ഷീയമായി. ചർച്ചയുണ്ടായില്ല. യൂണിയനെ അറിയിച്ചില്ല. എതിർപ്പറിയിച്ച

പാർലമെന്റംഗങ്ങളെയും. എന്തിന്, പാർലമെന്ററി സംഘത്തെ നയിച്ച ഇന്ത്യയുടെ പ്രതിപക്ഷനേതാവിനെപ്പോലും വിശ്വാസത്തിലെടുത്തില്ല. പാർലമെന്ററി സംഘം മന്ത്രിയെക്കണ്ടുകഴിഞ്ഞ് മൂന്നാഴ്ച പിന്നിട്ടപ്പോഴായിരുന്നു ധിക്കാരം നിറഞ്ഞ ആ നടപടി.

അതിനു പിന്നാലേ, മൊറാർജിയുടെ ഒരു കത്ത് എ കെ ജിക്കു കിട്ടി. പാർലമെന്റ് അംഗങ്ങൾ നല്കിയ നിവേദനത്തിനുള്ള മറുപടി. കോഫീ ഹൗസുകൾ സ്വകാര്യവ്യക്തികളെ ഏല്പിക്കാനാണ് ബോർഡിന്റെ തീരുമാനമെന്ന് അതിൽ വ്യക്തമാക്കിയിരുന്നു. 1957 ജൂൺ 18-ാം തീയതിവച്ചുള്ളതായിരുന്നു അത്. നിവേദനത്തിന് ഒരു മറുപടിയയച്ച്, ആരോടും മിണ്ടുകയോ ചോദിക്കുകയോ ചെയ്യാതെ വിവാദതീരുമാനം അവർ നടപ്പാക്കിയെന്നർത്ഥം.

അധികാരികൾ ഞങ്ങളെ തീർത്തും കൈയൊഴിഞ്ഞു എന്നതിന്റെ ആദ്യ ഔദ്യോഗിക പ്രഖ്യാപനം കൂടിയായിരുന്നു ആ കത്ത്. മുതലാളിമാർ കോഫീ ഹൗസ് ഏറ്റെടുത്തു നടത്തുമ്പോൾ ഞങ്ങളെ ജോലിക്കെടുപ്പിക്കാൻ പരമാവധി ശ്രമിക്കാൻ ബോർഡ് ചെയർമാൻ നിർദ്ദേശം നല്കിയിട്ടുണ്ടെന്നായിരുന്നു മൊറാർജിയുടെ അറിയിപ്പ്. കോഫീ ഹൗസുകളടയ്ക്കുമ്പോൾ ജോലി പോകുന്ന തൊഴിലാളികളുടെ ഭാവിയെപ്പറ്റി ഏതെങ്കിലും അധികാരി നടത്തിയ ആദ്യപരാമർശമായിരുന്നു അത്.

കോഫീ ഹൗസേറ്റെടുത്തു നടത്തുന്ന മുതലാളിമാരുടെ കാപ്പിക്കടപ്പണിക്കാരാവുക – ഞങ്ങൾക്ക് അധികാരികൾ കണ്ടെത്തിയ ഭാവി അതായിരുന്നു. അതിനുപോലും ഉറപ്പൊന്നുമില്ല. ബോർഡും സർക്കാരും അതിനു ശ്രമിക്കും. മുതലാളിമാർക്കു ദയതോന്നിയാൽ ഞങ്ങൾക്കു പണികിട്ടും. ഞങ്ങളുടെ സേവന വേതന വ്യവസ്ഥകളോ? ആ - ആർക്കുമതറിയില്ല. ഒരു പന്തീരാണ്ടുകൊണ്ട് യൂണിയൻ നേടിയ എല്ലാ സ്വാതന്ത്ര്യവും അവസാനിക്കുന്നു. ഞങ്ങൾ ബോർഡിന്റെ അടിമകൾ എന്ന പഴയ നിലയേക്കാൾ മോശമായ തലത്തിലേക്കെത്തുന്നു. ഞങ്ങൾ ഏതൊക്കെയോ ഹോട്ടൽ മുതലാളിമാരുടെ കൂലിയടിമകളാകാൻ പോകുന്നു.

അതിനു പിന്നാലെ, 112 തൊഴിലാളികൾക്ക് പിരിച്ചുവിടൽ നോട്ടീസും കിട്ടി. പ്രശ്നം വളരുകയായിരുന്നു.

വായനക്കാരേ, ഈ ചരിത്രത്തിലിടപെട്ടുകൊണ്ടു ഞാൻ ചോദിക്കട്ടെ: ഞങ്ങൾ, തൊഴിലാളികൾ, കാണിച്ച മാതൃകാപരമായ പ്രതിഷേധ ശൈലിയെവിടെ, കേന്ദ്രസർക്കാർ കാണിച്ച മൂരാച്ചിത്തരമെവിടെ? സ്വതന്ത്ര ഇന്ത്യക്ക് പത്തു വയസ്സുമാത്രം പ്രായമായിരുന്ന കാലം. അന്ന് എത്ര മാത്രം പക്വതയോടെയാണ് ഞങ്ങളുടെ യൂണിയൻ പെരുമാറിയത്, എത്രമാത്രം നിരുത്തരവാദപരമായാണ് ഇന്ത്യൻ ഭരണാധികാരികൾ പെരുമാറിയത്? നിങ്ങൾതന്നെ തീരുമാനിക്കൂ.

എന്തായാലും, അതിനുശേഷം യൂണിയൻ മറ്റുവഴികൾ തേടി, അന്ന് ചാവക്കാട് സ്വദേശി സി മാധവൻ നായരായിരുന്നു യൂണിയൻ ജനറൽ സെക്രട്ടറി. അദ്ദേഹം ജൂൺ 21 ന് ബോർഡ് ചെയർമാൻ കെ ശ്രീനിവാ

സൻ ഐ എ എസ്സിന് എഴുതി: “കോഫീ ഹൗസുകളടയ്ക്കരുത്. പ്രശ്നം ദേശീയ ട്രൈബ്യൂണൽ വഴിയോ ആർബിട്രേഷൻ വഴിയോ തീർക്കണം.” അന്നു തന്നെ യൂണിയൻ നേതാക്കൾ ചെയർമാനെ നേരിട്ടുകണ്ടു. കോഫീ ഹൗസടയ്ക്കൽ ബോർഡിന്റെ ‘നയ’മാണെന്നു പറഞ്ഞ് കൈമലർത്തുകയാണു ചെയർമാൻ ചെയ്തത്.

അടുത്ത ദിവസം ജൂൺ 22 ന് എ കെ ജി മൊറാർജിക്കു കമ്പിയടിച്ചു. “യൂണിയൻ നേതാക്കൾ ബോർഡ് ചെയർമാനെ കണ്ടു. മന്ത്രാലയത്തിന്റെ ഉത്തരവിനെതിരെ എന്തെങ്കിലും ചെയ്യാൻവയ്യെന്ന് അദ്ദേഹം പറയുന്നു. ജീവനക്കാരിൽ അമർഷമുണ്ട്. അടിയന്തരമായി ഇടപെട്ട് ജൂലൈ ഒന്നിനകം പിരിച്ചുവിടലുത്തരവു തടയുക.”

ഇതിനൊപ്പം, ഞങ്ങളുടെ പ്രചാരണം മുന്നേറുന്നുണ്ടായിരുന്നു. അങ്ങനെ കോഫീ ഹൗസടയ്ക്കൽ ഒരു ദേശീയ പ്രശ്നമായി. കോഫീ ഹൗസുകളിലെ സന്ദർശകപുസ്തകങ്ങളിൽ വിയോജനക്കുറിപ്പുകൾ നിറഞ്ഞു. പ്രമുഖരുടെ പ്രതിഷേധക്കുറിപ്പുകൾ നാടിന്റെ നാനാഭാഗത്തു നിന്നും ബോർഡ് ചെയർമാന് ഒഴുകി. പ്രമാണിമാരുടെ പ്രസ്താവനകളിറങ്ങി. ലേഖനങ്ങളും മുഖപ്രസംഗങ്ങളുമെഴുതി പത്രങ്ങളും പ്രസിദ്ധീകരണങ്ങളും ഞങ്ങളെ തുണച്ചു. കോഫീ ഹൗസടയ്ക്കലിനെക്കുറിച്ച് എന്തെങ്കിലുമൊരു വാർത്തയില്ലാതെ ഒരു പത്രവും അന്നു പുറത്തിറങ്ങാറില്ല. അത്ര ശക്തമായിരുന്നു പ്രചാരണപരിപാടികൾ.

പി ടി പുന്നൂസ്, പി കെ വാസുദേവൻ നായർ, ടി സി എൻ മേനോൻ, കെ അനന്തൻ നമ്പ്യാർ, എൻ സി ശേഖർ, വി പി നായർ, കൊടിയൻ മാസ്റ്റർ, കെ കെ വാര്യർ, എം കെ കുമാരൻ, പി കുഞ്ഞൻ, ഈശ്വരയ്യർ, കെ എ ദാമോദരമേനോൻ, മാത്യു മണിയങ്ങാടൻ, എ എം തോമസ്, ജോർജ് തോമസ് കൊട്ടുകാപ്പള്ളി എന്നീ എം പി മാർ അധികാരികൾക്കു കമ്പിയടിക്കുകയും പ്രശ്നത്തിൽ ഇടപെടുകയും ചെയ്തവരാണ്.

ഞാൻ ജോലി ചെയ്തിരുന്ന കോട്ടയം പട്ടണം ഞങ്ങൾക്ക് എല്ലാ പിന്തുണയും നല്കിയത് എന്റെ ഓർമ്മയിൽ പച്ച പിടിച്ചുനില്ക്കുന്ന കാര്യമാണ്. കോട്ടയം മുനിസിപ്പൽ ചെയർമാൻ അഡ്വക്കേറ്റ് എൻ രാഘവക്കുറുപ്പ് എം എൽ എ, ബോർഡ് ചെയർമാന് ആദ്യ ഘട്ടത്തിൽത്തന്നെ കമ്പിയടിച്ച പൗരപ്രമുഖരിൽ ഒരാളാണ്. കോഫീ ഹൗസ് അടയ്ക്കരുതെന്നാവശ്യപ്പെട്ട് മുനിസിപ്പൽ കൗൺസിൽ ഏകകണ്ഠമായി പ്രമേയം പാസാക്കുകയും ചെയ്തു. പ്രമേയം അവതരിപ്പിച്ചത് സി എസ് ഗോപാലപിള്ളയും പിന്തുണച്ചത് പ്രമുഖ ഫുട്ബോൾ താരം കൂടിയായ വി എ തോമസുമായിരുന്നു.

ആ തോതിൽ ഇന്ത്യയിലാകെയുയർന്ന ജനവികാരവും പൊതുഹിതവും അവഗണിച്ചുകൊണ്ടാണ് കേന്ദ്രസർക്കാർ അറുപിന്തിരിപ്പനായ മൂരാച്ചിനയവുമായി മുന്നോട്ടുപോയത്.

പ്രത്യക്ഷസമരത്തിലേക്ക്

അതിനും ശേഷമാണ് ഞങ്ങൾ പ്രത്യക്ഷസമരപരിപാടികൾ തുടങ്ങിയത്. ജൂൺ 27 ന് ഇന്ത്യയിലെ കോഫീ ഹൗസ് തൊഴിലാളികൾ കരിദിനമാചരിച്ചു. ഞങ്ങൾ ബാഡ്ജ് കുത്തി ജോലി ചെയ്തു. നാടാകെ നിരാഹാരമനുഷ്ഠിച്ചു. പട്ടണങ്ങളിൽ പ്രകടനവും പൊതുയോഗവും നടത്തി. ഞാനന്നു കോട്ടയം കോഫീ ഹൗസിലായിരുന്നു. അന്ന് ഞങ്ങൾ നെഞ്ചിൽക്കുത്തിയ അവകാശബാഡ്ജിന്റെ ഒരു പ്രതി ഞാൻ ഇന്നും സൂക്ഷിക്കുന്നുണ്ട്. ജീവിതത്തിൽ ഏറ്റവും വേദനിച്ച കാലത്തിന്റെ ഓർമ്മയ്ക്ക്.

തികഞ്ഞ ആത്മവിശ്വാസത്തോടെയാണ് യൂണിയൻ സമരം തുടങ്ങിയത്. രണ്ടുകൊല്ലംമുമ്പ് ഒരു പിരിച്ചുവിടൽ നീക്കത്തെ യൂണിയൻ ചെറുത്തു തോല്പിച്ച കാര്യം ഞാൻ നേരത്തെ പറഞ്ഞിരുന്നല്ലോ. നൂറോളം ട്രെയിനികളെ പിരിച്ചുവിടാൻ ബോർഡ് തീരുമാനിച്ചപ്പോഴായിരുന്നു അത്. നല്ല ഓർമ്മയുണ്ട്. എനിക്കന്ന് മദിരാശി ശാഖയിലായിരുന്നു ജോലി. വി രാവുണ്ണി മാസ്റ്റർ പ്രസിഡന്റും ഞാൻ സെക്രട്ടറിയുമായിരുന്നു. മൗണ്ട് റോഡിലൂടെ ജാഥ നടത്തി ട്രിപ്ലിക്കൽ ബീച്ചിൽ ഞങ്ങളന്ന് പൊതുയോഗം കൂടി. യോഗത്തിൽ ചക്കരച്ചെട്ട്യാർ, എ കെ ജി, രാവുണ്ണി മാസ്റ്റർ എന്നിവർക്കൊപ്പം ഞാനും സംസാരിച്ചു.

ജയിച്ച ആ സമരത്തിന്റെ ഓർമ്മയിലാണ് യൂണിയൻ ഇത്തവണയും സമരരംഗത്തിറങ്ങിയത്. അല്പം വൈകിയാലും കേന്ദ്ര സർക്കാർ നീതി കാട്ടുമെന്നുതന്നെ ഞങ്ങൾ കരുതി. അതിനവർ മടിച്ചാൽ, ശക്തമായ സമരം നടത്താമെന്നു ഞങ്ങൾ കണക്കുകൂട്ടി. ഇന്ത്യൻ നഗരസംസ്കാരത്തിന്റെ ഭാഗമായ കോഫീ ഹൗസുകൾ അടച്ച്, പൊടിയും തട്ടിപ്പോകാൻ ജനാധിപത്യഭാരതം ബോർഡിനെ അനുവദിക്കില്ലെന്നുതന്നെ ഞങ്ങൾ വിശ്വസിച്ചു.

സമരപാത അടയുന്നു

എന്നാൽ, കഥ മറ്റൊന്നായിരുന്നു. ബോർഡും സർക്കാരും നീതി കാണിക്കുന്നതിന്റെ ഒരു ലക്ഷണവും കണ്ടില്ല. പ്രത്യക്ഷസമരം വേണ്ടിയിരുന്നിട്ടും, അതാവശ്യമാണെന്നു യൂണിയൻ കണ്ടെത്തിയിട്ടും തൊഴിലാളികൾ സമരത്തിനു തയ്യാറായതുമില്ല.

അടിമത്തത്തിൽനിന്നു പൊരുതിക്കയറിയ കോഫീ ഹൗസ് തൊഴിലാളികൾക്ക് എന്തുപറ്റിയെന്ന ചോദ്യം നിങ്ങൾ സ്വയം ചോദിക്കുന്നുണ്ടോ? അന്നു ഞങ്ങളും അതു ചോദിച്ചു. ഞങ്ങളുടെ, കോഫീ ഹൗസ് തൊഴിലാളികളുടെ, വർഗ്ഗദൗർബല്യമായിരുന്നു ഇതിനു പിന്നിൽ എന്ന് ഇന്നു ഞാൻ പറയും. ഉശിരന്മാരായ കമ്യൂണിസ്റ്റുകാർ തലപ്പത്തും ഇടത്തട്ടിലുമുണ്ടായിരുന്നെങ്കിലും യൂണിയൻ അംഗങ്ങൾ ദുർബ്ബലരായിരുന്നു. വലിയ നഗരങ്ങളിലെ ജോലി, വലിയവരുമായുള്ള സഹവാസം, നീക്കിയിരിപ്പൊ

ന്നുമില്ലെങ്കിലും ഇടത്തരക്കാരുടെ ജീവിതം - അതായിരുന്നു കോഫീ ഹൗസ് തൊഴിലാളികളുടെ ചുറ്റുപാട്. ത്യാഗം ഒട്ടേറെ വേണ്ടിവരുന്ന ഒരു സമരത്തിനിറങ്ങി അവകാശങ്ങൾ പിടിച്ചുപറ്റണമെന്ന ചിന്തയല്ല, പിരിച്ചുവിടുമ്പോൾ പരമാവധി തരമാക്കുക എന്ന മനോഭാവമായിരുന്നു അവരിൽ മുന്തിനിന്നത്.

സമരം മൂക്കുന്നില്ലെന്നു കണ്ടപ്പോൾ സർക്കാരും ബോർഡും വിജയലഹരിയിലായി. കോഫീ ഹൗസ് പൂട്ടുമെന്നും ഞങ്ങളെ പിരിച്ചുവിടുമെന്നുമുള്ള തീരുമാനത്തിൽ അവർ ഉറച്ചു നിന്നു. കിട്ടുന്നതുവാങ്ങി പിരിഞ്ഞുപോകുന്നതാവും നല്ലതെന്ന് ബോർഡിലെ വലിയ ഉദ്യോഗസ്ഥർ പറഞ്ഞുകൊണ്ടിരുന്നു. രണ്ടാംഘട്ട പിരിച്ചുവിടൽ നോട്ടീസുകൂടി വിതരണം ചെയ്തുകൊണ്ട്, 1957 നവംബറിൽ അവർ ആഞ്ഞടിച്ചു.

കോഫീ ഹൗസടയ്ക്കൽ തടയുന്നതിൽ ഞങ്ങൾ തോല്ക്കുകയായിരുന്നു. 'തൊഴിലാളി വർഗ്ഗം തോറ്റിട്ടില്ല. തോറ്റ ചരിത്രം കേട്ടിട്ടില്ല' എന്ന ആ മുദ്രാവാക്യമുണ്ടല്ലോ - ഞങ്ങൾ തോല്ക്കുമ്പോൾ വെറുതെയായത് അതായിരുന്നു. ആയിരത്തോളം തൊഴിലാളികളുടെ സമരം, അവരുടെ വീട്ടുകാരുടെ പ്രാർത്ഥന, അവരോടൊപ്പംനിന്ന തൊഴിലാളി സ്നേഹികളുടെ ഐക്യദാർഢ്യം— ഞങ്ങൾ തോല്ക്കുമ്പോൾ തകർന്നു തരിപ്പണമായത് അതൊക്കെയായിരുന്നു.

ഈ കഥ ഇവിടെത്തീരുമായിരുന്നു; ഒരു കണ്ണീർക്കഥമാത്രമായി. ഒരാളുണ്ടായിരുന്നില്ലെങ്കിൽ.

ഞങ്ങളുടെ തോറ്റുകൊണ്ടിരുന്ന സമരത്തിന് പിന്നെ എന്തുപറ്റി? ഉറപ്പായിരുന്ന തോല്വിയുടെ വഴി തിരിച്ചുവിട്ടയാൾ ആരായിരുന്നു? ഒരേയൊരാൾക്ക് അതെങ്ങനെ കഴിഞ്ഞു? ആ അത്ഭുതം യാഥാർത്ഥ്യമാക്കിയ മനുഷ്യനെക്കുറിച്ചാണ്, ഈ കഥയിലെ നായകനെപ്പറ്റിയാണ്, ഇനി പറയാനുള്ളത്.

3

ഞങ്ങൾ യാഥാർത്ഥ്യത്തിലേക്ക്

ഞങ്ങളെ രക്ഷിച്ച ആ ആൾ എ കെ ഗോപാലനായിരുന്നു. എ കെ ജി - ഇന്ത്യയിലെ 'പാവങ്ങളുടെ പടത്തലവൻ'. ആത്മകഥയിൽപ്പോലും എ കെ ജി എഴുതാതെവിട്ട കഥയാണത്. എ കെ ജിയുടെ ജീവിതം അനുസ്മരിക്കുമ്പോഴൊന്നും ഓർക്കാത്ത കഥ. ഇന്ത്യൻ ട്രേഡ് യൂണിയൻ ചരിത്രത്തിൽ ഇപ്പോൾ പറഞ്ഞുകേൾക്കാത്ത കഥ.

ഞങ്ങളുടെ സമരം എ കെ ജിയാരെന്നു തെളിയിച്ചു. ഒരു നല്ല പ്രക്ഷോഭകാരിയെപ്പോലെ എ കെ ജി ഞങ്ങളുടെ സമരം നയിച്ചു. ഒരു നല്ല പ്രചാരകനെപ്പോലെ എ കെ ജി ജനമനഃസാക്ഷിയെ ആ സമരത്തിനൊപ്പം നിർത്തി. ഒരു നല്ല നയതന്ത്രജ്ഞനെപ്പോലെ എ കെ ജി പരാജയസാദ്ധ്യത മുന്നേയറിഞ്ഞു. ഒരു നല്ല സേനാനിയെപ്പോലെ ആക്രമിച്ചും സന്ധി ചെയ്തും എ കെ ജി പടനയിച്ചു. ഒരു നല്ല നേതാവിനെപ്പോലെ എ കെ ജി അന്തിമവിജയവും കണ്ടെത്തി.

തൊഴിലാളിക്ക് സമരമേ അറിയൂ എന്ന് ഇന്നും പറയുന്നവരുണ്ട്. തൊഴിലാളിപ്രസ്ഥാനത്തിന് പണിശാലകൾ അടപ്പിക്കാനേ കഴിയൂ എന്ന് ഇന്നും കരുതുന്നവരുമുണ്ട്. അവരോടു ഞാൻ പറയുന്നു: ഈ കഥ മുഴുവൻ വായിക്കൂ. ഒരു പണിശാലയെ തൊഴിലാളികൾ രക്ഷിച്ച ഈ കഥ കേൾക്കൂ.

നായകന്റെ വരവ്

ഞങ്ങളുടെ തോറ്റുകൊണ്ടിരുന്ന സമരത്തെ എ കെ ജി എങ്ങനെ ജയിപ്പിച്ചു എന്നു പറയട്ടെ. എ കെ ജിക്ക് യൂണിയന്റെ കരുത്തും കഴിവുകേടുമറിയാമായിരുന്നു. ഇന്ത്യാ ഗവൺമെന്റിന്റെ നയംമാറ്റത്തിന്റെ പൊരുളും പിടിയുണ്ടായിരുന്നു. ആ പ്രതിഭാശാലി എല്ലാം കാലേക്കൂട്ടി മനസ്സിൽക്കണ്ടിരുന്നു.

പിരിച്ചുവിടാൻ തീരുമാനമുണ്ടായി ഒരു മാസത്തിനകം - ഞങ്ങൾ സമരം ചെയ്തു ജയിക്കുമോ എന്ന സംശയം അവിടവിടെ ഉയർന്നു തുടങ്ങിയപ്പോൾത്തന്നെ— എ കെ ജി ആ നിർദ്ദേശം വച്ചു. കോഫീ ഹൗസുകൾ നിങ്ങൾ ഏറ്റെടുത്തു നടത്തണം. 1957 ജൂൺ 25 ന് ബാംഗ്ലൂരിൽ, യൂണിയന്റെ സെൻട്രൽ എക്സിക്യൂട്ടീവ് അംഗങ്ങളുടെയും പ്രധാന പ്രവർത്തകരുടെയും യോഗത്തിലാണ് അതുണ്ടായത്. രോഗക്കിടക്കയിൽനിന്നാണ് എ കെ ജി ഈ യോഗത്തിനെത്തിയതും ചരിത്രപ്രധാനമായ നിർദ്ദേശം മുന്നോട്ടുവച്ചതും. ആ നിർദ്ദേശമാണ് ഞങ്ങളുടെ സമരത്തിന്റെ വഴി തിരിച്ചുവിട്ടത്.

ചിന്തിക്കാൻപോലും മേലാത്ത കാര്യമായിരുന്നു അന്നത്. ഐ എ എസ്സുകാർ ഭരിക്കുന്ന ബോർഡ്, പഠിപ്പുള്ളവർ നടത്തുന്ന കോഫീ ഹൗസുകൾ, ഞങ്ങളോ - അവിടത്തെ നാലാംതരം ജീവനക്കാർ. വെറും കാപ്പിക്കടപ്പണിക്കാർ. ഞങ്ങളിൽ കൂടുതൽപേരും എഴുത്തും വായനയുംപോലും നേരാംവണ്ണം അറിയാൻ മേലാത്തവരും. കുറേപ്പേർ നാലോ അഞ്ചോവരെ പഠിച്ചിട്ടുണ്ടെന്നുമാത്രം. ഞങ്ങളെല്ലാവരും പാവങ്ങളുമായിരുന്നു. ഇന്ത്യയിലെ മുഴുവൻ കോഫീ ഹൗസുകൾപോയിട്ട്, ഒരു കോഫീ ഹൗസുപോലും ഏറ്റെടുക്കാൻ പാങ്ങില്ലാത്ത ദരിദ്രർ. ആ ഞങ്ങളോടാണ് എ കെ ജി അതാവശ്യപ്പെട്ടത്.

അതിന് ഞായമുണ്ടായിരുന്നു എ കെ ജിക്ക്: “നിങ്ങൾ തൊഴിലാളികളാണ്. ലോകം ഭരിക്കേണ്ടവരാണ്. നിങ്ങൾക്കിതു നിസ്സാരം മാത്രം. സഖാക്കളേ, നിങ്ങൾക്ക് കോഫീ ഹൗസേറ്റെടുക്കാം. ഭരിക്കാം, മുതലാളിമാരില്ലാതെ മുന്നോട്ടുകൊണ്ടുപോവുകയും ചെയ്യാം.”

പക്ഷേ, പണം? ഞങ്ങൾ തമ്മിൽത്തമ്മിൽ ചോദിച്ചു. ഞങ്ങളൊരുമിച്ചു നിന്നാൽ, ഒപ്പം ഇന്ത്യയിലെ തൊഴിലാളിസ്നേഹികൾ ഉറച്ചുനിന്നാൽ, അതുകഴിയും എന്നായിരുന്നു എ കെ ജിയുടെ ഉറപ്പിച്ചുള്ള ഉത്തരം.

ഞങ്ങൾ തീരുമാനിക്കുന്നു

ഞങ്ങളതു കേട്ടു. ഞങ്ങളുടെ സംഘടന അതു തീരുമാനിച്ചു. ഭരണകൂടം ഞങ്ങളെ തെണ്ടാൻ വിധിച്ചിരിക്കാം. പക്ഷേ, ഞങ്ങൾ പ്രഖ്യാപിക്കുന്നു: ഞങ്ങൾ പണിയെടുക്കുന്ന കോഫീ ഹൗസുകൾ ഞങ്ങൾക്ക്!

ബാംഗ്ലൂരിലെ കബ്ബൺ പാർക്കിൽ എ കെ ജി ആ വിവരം വെളിപ്പെടുത്തി. “ബാംഗ്ലൂരിലെ കോഫീ ഹൗസ് തൊഴിലാളികൾ ഏറ്റെടുക്കും. രണ്ട് മാസം കഴിയുമ്പോൾ, സ്വാതന്ത്ര്യദിനത്തിന് അതു സംഭവിക്കും.”

ആകാശവാണി അത് നാടാകെ അറിയിച്ചു. പത്രങ്ങളതു മുഖ്യവാർത്തയാക്കി. അതൊരു സംഭവമായിരുന്നു. സമരം മാത്രമാണ് തൊഴിലാളിയൂണിയൻ കടമയെന്നു ധരിച്ചിരുന്ന ഒരുകാലം. അതിനിടെ ഒരു യൂണിയൻ വ്യവസായം നടത്തുമെന്നു പ്രഖ്യാപിച്ചിരിക്കുന്നു. ട്രേഡ് യൂണിയൻ സംസ്കാരത്തിൽത്തന്നെ ഒരു മാറ്റമായിരുന്നു അത്. ഒരു നിശ്ശബ്ദവിപ്ലവം.

ബോർഡിന്റെ വഞ്ചന

പ്രധാനമന്ത്രി ജവാഹർലാൽ നെഹ്റു എ കെ ജിയുടെ പ്രഖ്യാപനത്തെ സ്വാഗതം ചെയ്തു.

പക്ഷേ, അതൊരു വെറുംവാക്കായിരുന്നുവെന്ന് പിന്നീടുതെളിഞ്ഞു. കാര്യങ്ങൾ നല്ല വഴിക്കല്ല നീങ്ങിയത്. കോഫീ ഹൗസുകൾ തൊഴിലാളികളെ ഏല്പിക്കാൻ പലർക്കും താല്പര്യമുണ്ടായിരുന്നില്ല.

ഞങ്ങൾ സംഘമുണ്ടാക്കുന്നതിനെ ഫലത്തിൽ തടയുന്ന വ്യവസ്ഥകളാണ് ബോർഡ് മുന്നോട്ടുവച്ചത്. നോക്കൂ — സംഘങ്ങളിൽ പിരിച്ചുവിട്ട തൊഴിലാളികളെ മാത്രമേ അംഗങ്ങളാക്കൂ, മുതലാളിമാർ നടത്തുന്ന സാധാരണ ഹോട്ടലുകളെയും ബോർഡ് അപ്രൂവ്ഡ് കോഫീ ഹൗസുകളായി അംഗീകരിക്കും, സംഘം നടത്തുന്ന കോഫീ ഹൗസുകളിൽത്തന്നെ അംഗീകൃത കോഫീ ഹൗസുകൾക്കേ കാപ്പിക്കുരുവും കാപ്പിപ്പൊടിയും സൗജന്യനിരക്കിനു തരൂ. അടച്ച കോഫീ ഹൗസിലെ സാമാനങ്ങൾ കിട്ടണമെങ്കിൽ പകുതി വില മുൻകൂറായിത്തന്നെ കിട്ടണം, പകുതിവിലയേ ഗഡുക്കളായി അടയ്ക്കാൻ അനുവദിക്കൂ, ഹൗസുകൾക്കു തരുന്ന അംഗീകാരം ഒരു കൊല്ലത്തേക്കായിരിക്കും, ബോർഡിന് അത് ഏകപക്ഷീയമായി റദ്ദാക്കാം, ബോർഡുകാർക്ക് കോഫീ ഹൗസുകളിൽ ഇൻസ്പെക്ഷൻ നടത്താം - ഇതൊക്കെയായിരുന്നു ബോർഡിന്റെ വ്യവസ്ഥകൾ.

ഇന്ത്യയിൽ മുഴുവൻ തൊഴിലാളി കോഫീ ഹൗസുകൾ വരിക, അടയുന്ന കോഫീഹൗസുകൾ മുഴുവൻ തൊഴിലാളികൾക്കു കിട്ടുക, ഇന്ത്യയിൽ അടയ്ക്കുന്ന കോഫീ ഹൗസ് ശൃംഖലയുടെ ഏകാവകാശികളായി അതിൽ ഒന്നരപതിറ്റാണ്ടുകാലം ചോരനീരാക്കിയ — യൗവനം ഹോമിച്ച — കോഫീ ഹൗസ് തൊഴിലാളികളെ മാറ്റുക എന്ന സങ്കല്പം നടക്കില്ലെന്ന് ഉറപ്പായി.

ഇതാണ് മൂരാച്ചിത്തരം - 'ഞങ്ങൾ കോഫീ ഹൗസ് നടത്തില്ല. നിങ്ങളെക്കൊണ്ടു നടത്തിക്കുകയുമില്ല' എന്ന വാശി. 'പാളേൽ കഞ്ഞി കുടിപ്പിക്കും, തമ്പ്രാനെന്നും വിളിപ്പിക്കും' എന്ന മുദ്രാവാക്യം വിളിച്ചു നടന്നിരുന്നവരിൽനിന്ന് ഇതിൽക്കൂടുതൽ എന്തുകിട്ടാൻ?

പിരിച്ചുവിടൽ തീരുമാനമുണ്ടായപ്പോൾ എത്രമാത്രം പക്വതയോടെയാണ് യൂണിയൻ പ്രതികരിച്ചതെന്ന് നമ്മൾ നേരത്തേ കണ്ടു. അതിനോട് തീർത്തും നിരുത്തരവാദപരമായാണ് കേന്ദ്ര സർക്കാർ പ്രതികരിച്ചതെന്ന ആരോപണമാണ് നേരത്തേ ഞാൻ മുന്നോട്ടുവച്ചത്. ഇപ്പോഴിതാ ട്രേഡ് യൂണിയൻ ചരിത്രത്തിൽ കേട്ടുകേഴ്വിയില്ലാത്ത സാമൂഹികബോധം ഞങ്ങളുടെ യൂണിയൻ കാഴ്ച വച്ചിരിക്കുന്നു. എന്നിട്ടും കോഫീ ബോർഡ് പ്രതികരിച്ചതോ, തികച്ചും ഉദ്യോഗസ്ഥ മേധാവിത്വപരമായും.

വിജയം അല്ലെങ്കിൽ മരണം

1957 ലെ സ്വാതന്ത്ര്യദിനം വരുന്നു. ഇന്ത്യൻ സ്വാതന്ത്ര്യത്തിനു പത്തു വയസ്സു തികയുന്ന ദിവസം. ബാംഗ്ലൂരിൽ നാട്ടിലെ ആദ്യത്തെ തൊഴിലാളി

കോഫീ ഹൗസ് തുറക്കാൻ എ കെ ജി കുറിച്ച ദിവസം. ഒന്നുമൊന്നും സംഭവിക്കാതെ ആ ദിവസം കടന്നുപോകുമെന്ന് ഉറപ്പായി.

ആ ദിവസമെത്താൻ ഒരാഴ്ച ബാക്കിയുണ്ട് — 1957 ആഗസ്ത് എട്ടിന് യൂണിയന്റെ സെൻട്രൽ എക്സിക്യൂട്ടീവ് യോഗം ദില്ലിയിൽക്കൂടി. ബോർഡിനുമുന്നിൽ യോഗം മൂന്ന് ആവശ്യങ്ങൾ ഉന്നയിച്ചു: പിരിച്ചുവിട്ട തൊഴിലാളികൾക്കു ബദൽ ജോലി കൊടുക്കുക, അതിനു കഴിയില്ലെങ്കിൽ അവർക്കു കോഫീ ഹൗസുകൾ ഏറ്റെടുക്കാൻ സമയം കൊടുക്കാനായി കോഫീ ഹൗസ് അടയ്ക്കലും പിരിച്ചുവിടലും ആറുമാസം നീട്ടിവയ്ക്കുക, കോഫീ ഹൗസുകൾ ഏറ്റെടുക്കാൻ തൊഴിലാളികളുടെ സഹകരണസംഘങ്ങളെ സഹായിക്കുക. കേന്ദ്ര സർക്കാരിനോടും യൂണിയൻ ചില ആവശ്യങ്ങൾ ഉന്നയിച്ചു: പ്രശ്നത്തിൽ ഇടപെടുക, പിരിച്ചുവിട്ട തൊഴിലാളികളെ റെയിൽവേ ക്യാന്റീനുകളിലും മറ്റും എടുക്കുക, കോഫീഹൗസുകൾ ഏറ്റെടുക്കുന്ന തൊഴിലാളി സഹകരണ സംഘങ്ങൾക്ക് സബ്സിഡിയും കടവും കൊടുക്കുക. ഈ ആവശ്യങ്ങൾക്ക് സർക്കാരും ബോർഡും വഴങ്ങില്ല എന്നായിരുന്നു അപ്പോഴത്തെ നില. അതാണുണ്ടാകുന്നതെങ്കിൽ, ഒന്നാംഘട്ട പിരിച്ചുവിടൽ 1957 സെപ്തംബർ ഒന്നിനു പ്രാബല്യത്തിൽവരും. അതിനെ നേരിടാൻ എ കെ ജിയുടെ പ്രിയപ്പെട്ട ആ സമരമുറതന്നെ കൈക്കൊള്ളാൻ യോഗം തീരുമാനിച്ചു. പിരിച്ചുവിടപ്പെട്ട തൊഴിലാളികളും യൂണിയൻ നേതാക്കളും സെപ്തംബർ ഒന്നു മുതൽ നിരാഹാരം കിടക്കണം. അത് മരിക്കും വരെയുള്ള നിരാഹാരമായിരിക്കണം. യോഗത്തിന്റെ മുഖ്യതീരുമാനവും അതായിരുന്നു.

ആഗസ്ത് 11 ന് എ കെ ജി ഈ തീരുമാനം ദില്ലിയിൽ പ്രഖ്യാപിച്ചു. സ്വാതന്ത്ര്യത്തിനു പത്തുവയസ്സു തികയുന്ന ഇന്ത്യയിൽ കോഫീ ഹൗസ് തൊഴിലാളികളും അവരുടെ നേതാക്കളും പ്രതിഷേധമരണം വരിക്കുന്നു!

അതിനുള്ള ഒരുക്കം തുടങ്ങി. സത്യാഗ്രഹികൾ കേന്ദ്രനേതൃത്വത്തെ പേരെഴുതിയറിയിക്കാൻ നിർദ്ദേശം വന്നു. ഏറെപ്പേരില്ലെങ്കിലും യൂണിയന്റെ ആഹ്വാനം ചെവിക്കൊള്ളാൻ ആളുണ്ടായിരുന്നു. വികാരത്തള്ളിച്ചയിൽ വിറയ്ക്കുന്ന കൈകൊണ്ട് നിരാഹാരത്തിന് ഈ ഗ്രന്ഥകാരനും പേരെഴുതിയയച്ചു.

ബോർഡ് മുട്ടുകുത്തുന്നു

ആ സമരം വേണ്ടിവന്നില്ല. നിരാഹാരപ്രഖ്യാപനം കുറിക്കുകൊണ്ടു. ബോർഡ് യൂണിയനുമായി ചർച്ചയ്ക്ക് തയ്യാറായി. പിരിച്ചുവിടൽ പ്രഖ്യാപിച്ചശേഷം ആദ്യം നടന്ന ചർച്ച. ഞങ്ങൾ നിരാഹാരം തുടങ്ങേണ്ടിയിരുന്നതിനു രണ്ടു ദിവസം മുമ്പ്, 1957 ആഗസ്ത് 30 ന് കരാറുമുണ്ടായി. പോത്തിനോടു വേദമോതിയിട്ടു കാര്യമില്ല. മൂരാച്ചികൾക്കു സമരത്തിന്റെ ഭാഷയേ തിരിയൂ. വായനക്കാരേ, തൊഴിലാളികൾക്കു നീതികിട്ടാൻ സമരം തന്നെ വേണം എന്ന ഈ നില ഈ നാട്ടിലുണ്ടായതെങ്ങനെ എന്ന്

നിങ്ങൾക്കു മനസ്സിലാകുന്നുണ്ടാകുമല്ലോ.

കരാറിന്റെ അന്തിമഫലം ആവേശകരമായിരുന്നു. കോഫീ ഹൗസുകൾ തൊഴിലാളിക്കുകിട്ടും. പണിശാലകൾ പണിയെടുക്കുന്നവർക്ക്.

കരാർ, ഒരു വിജയരേഖ

1957 ആഗസ്ത് 30. കോഫീ ഹൗസ് ചരിത്രത്തിൽ പ്രധാനപ്പെട്ട ഒരു ദിവസമാണത്. യൂണിയനും ബോർഡുമായി കരാറുണ്ടാക്കിയത് അന്നാണ്. കരാറിലെ നേട്ടങ്ങൾ ചെറുതായിരുന്നില്ല. മുൻ കോഫീ ബോർഡ് തൊഴിലാളികൾ മാത്രമേ സഹകരണസംഘങ്ങളിൽ ഉണ്ടാകാവൂ എന്ന നിലപാട് ബോർഡ് പിൻവലിച്ചു. യൂണിയൻ ഉണ്ടാക്കുന്ന സഹകരണസംഘങ്ങൾ തുടങ്ങുന്ന കോഫീ ഹൗസുകളെ അംഗീകരിക്കാൻ ബോർഡ് സമ്മതിച്ചു. അവയ്ക്ക് സൗജന്യനിരക്കിൽ കാപ്പിക്കുരുവും കാപ്പിപ്പൊടിയും തരാനും ബോർഡ് തയ്യാറായി.

ഇതിനുവേണ്ടി യൂണിയൻ ഒരു വലിയ വിട്ടുവീഴ്ച ചെയ്തു. പിരിച്ചുവിടലിനെ കോടതിയിൽ ചോദ്യം ചെയ്യില്ലെന്ന് അംഗീകരിച്ചു. ജോലി പോകുന്നവർക്ക് പകരം ജോലി കൊടുക്കാനുള്ള ചുമതല യൂണിയൻ ഏറ്റെടുക്കുകയും അതിനെ സഹായിക്കാമെന്ന വാഗ്ദാനം സർക്കാർ തരികയുമാണ് ഫലത്തിലുണ്ടായത്.

എന്നാൽ, ഞങ്ങളെ കൂടുതൽ കടുത്ത പരീക്ഷണങ്ങൾ കാത്തിരിക്കുകയായിരുന്നു. ഞങ്ങളുടെ സംഘടനയുടെ കാര്യശേഷിയും നേതാവിന്റെ പ്രാപ്തിയും മാറ്റുരച്ച ദിവസങ്ങളായിരുന്നു പിന്നാലേവന്നത്. ആ കഥയിലേക്കാണ് ഇനി നമ്മൾ പോകുന്നത്.

4

ഞങ്ങൾ സഹകരണത്തിലേക്ക്

യൂണിയൻ പ്രതിസന്ധിയിൽ. കോഫീ ബോർഡും യൂണിയനുമായി കരാറൊപ്പിട്ടതിനു പിന്നാലേയുണ്ടായത് അതാണ്. യൂണിയന്റെ ചരിത്രത്തിലെ ഏറ്റവും വലിയ പരീക്ഷണവുമായിരുന്നു അത്.

കരാർ യൂണിയനിൽ അതൃപ്തിയുണ്ടാക്കി. യൂണിയൻ ഒരെതിർപ്പിനും മുതിരാതെ പിരിച്ചുവിടൽ അംഗീകരിച്ചെന്ന് ഒരുപറ്റം സഖാക്കൾ വാദിച്ചു. യൂണിയന്റെ നടപടി തൊഴിലാളിപ്രസ്ഥാനത്തിൽ കേട്ടുകേൾവിയില്ലാത്തതാണെന്ന് അവർ വിശ്വസിച്ചു. ഒരു വിലപേശലുംകൂടാതെ നേതാക്കൾ തൊഴിലാളി താല്പര്യത്തെ വിറ്റെന്നും അവർ കുറ്റപ്പെടുത്തി. സഹകരണ പ്രസ്ഥാനമെന്നത് നടക്കാത്ത ഒരു കാര്യമായാണ് അവർ കണ്ടത്. അവർക്ക് ഒന്നേ പറയാനുണ്ടായിരുന്നുള്ളൂ. കടുത്ത സമരം നടത്തണം ബോർഡിനെ തോല്പിക്കണം.

രണ്ടാമതൊരു കൂട്ടൽ ഒരുമാതിരി തണുപ്പൻ നയത്തിലായിരുന്നു. യാഥാർത്ഥ്യം അംഗീകരിക്കണമെന്നാണ് അവർ പറഞ്ഞത്. നഷ്ടപരിഹാരം വാങ്ങി വീട്ടിൽപോകലാണ് അവർ കണ്ട പരിഹാരം. സഹകരണസംഘത്തിൽ പണംമുടക്കാനുള്ള നെഞ്ചൂക്ക് അവർക്കില്ലായിരുന്നു.

മൂന്നാമതൊരു വിഭാഗം നേതാക്കൾക്കൊപ്പം ഉറച്ചുനിന്നു. ബോർഡിനെ സമരം ചെയ്തു തോല്പിക്കാനാവില്ലെന്ന് അവർ പറഞ്ഞു. കോഫീ ഹൗസുകൾ ഏറ്റെടുത്തു നടത്തുന്നത് അസാദ്ധ്യമല്ലെന്ന് അവർ വാദിച്ചു. അതിനുള്ള വഴി സഹകരണമാണെന്നും അവർ കണ്ടു. അതു നടന്നാലേ യൂണിയന് ശരിക്കും തൊഴിലാളിതാല്പര്യം സംരക്ഷിക്കാനാകൂ എന്നും അവർ വിശ്വസിച്ചു.

അവിശ്വാസത്തിന്റെ കാലം

തൊഴിലാളികൾക്കു മുന്നിലുണ്ടായിരുന്ന മാതൃക നല്ലതായിരുന്നുമില്ല. കരാറുണ്ടാകുന്നതിനു മുമ്പുതന്നെ യൂണിയൻ ഒരു സഹകരണ സംഘമുണ്ടാക്കിയിരുന്നു — ബാംഗ്ലൂരിൽ. 1957 ആഗസ്ത് 19 നായിരുന്നു അത്. എന്നാൽ, ബാംഗ്ലൂർ കോഫീ ഹൗസ് ഏറ്റെടുക്കാൻ ആ സംഘത്തിനു കഴിഞ്ഞിരുന്നില്ല. അതുകൊണ്ട് ഇന്ത്യയിലെ ആദ്യത്തെ കോഫീ ബോർഡ് തൊഴിലാളി സഹകരണസംഘം, ഒരാവേശമായില്ല. പകരം കോഫീ ഹൗസ് നടത്താൻ തൊഴിലാളികൾക്കു കഴിയുന്നില്ലെന്നതിന്റെ തെളിവായി ഇതിനെ പലരും ഉയർത്തിക്കാട്ടി. ചെറുതായിരുന്നില്ല അതുണ്ടാക്കിയ അങ്കലാപ്പ്.

അതിന്റെ ഫലമോ, കരാറുണ്ടായതിനു പിന്നാലേ ഇന്ത്യയിലാകെ സഹകരണസംഘങ്ങൾ ഉണ്ടാകണമായിരുന്നു. രണ്ടാഴ്ചയായിരുന്നു അതിന് യൂണിയൻ നിശ്ചയിച്ച സമയം. അപ്പോഴേക്ക് അയ്യായിരം രൂപയെങ്കിലും പിരിച്ചുണ്ടാക്കണമെന്നും തീരുമാനിച്ചിരുന്നു. പക്ഷേ, 1957 സെപ്തംബർ മദ്ധ്യത്തിൽ പിരിഞ്ഞുകിട്ടിയത് 1200 ഓളം രൂപ മാത്രം!

മറുവശത്ത് ബോർഡ് കരാറനുസരിച്ചു കാര്യങ്ങൾ നീക്കുകയായിരുന്നു. യൂണിയൻ ഏറ്റെടുക്കാൻ പോകുന്ന കോഫീ ഹൗസുകളുടെ പട്ടിക സെപ്തംബർ 17-ന് ബോർഡ് ആവശ്യപ്പെട്ടു. 28 പട്ടണങ്ങളിലെ കോഫീ ഹൗസുകൾ അടയ്ക്കുന്നു. അതിൽ ഏറ്റെടുക്കാനുദ്ദേശിക്കുന്നവയുടെ പട്ടികയാണ് ചോദിക്കുന്നത്. യൂണിയൻ ഏറ്റെടുക്കാൻ ഉദ്ദേശിക്കുന്നവ കഴിഞ്ഞുള്ളവ മാത്രമേ മുതലാളിമാരെ ഏല്പിക്കൂ എന്നും ആ അറിയിപ്പിലുണ്ട്. യൂണിയന് ആ ഘട്ടത്തിൽ ഏറ്റെടുക്കാൻ കഴിയാത്ത കോഫീ ഹൗസുകൾ മുതലാളിമാർക്കു കൊടുക്കും എന്നുകൂടി അതിനർത്ഥമുണ്ടായിരുന്നു. പോരേ, 1,200 രൂപകൊണ്ട് യൂണിയന് എന്തുണ്ട് ചെയ്യാൻ?

ഇതിനിടെയാണ് രണ്ടാമത്തെ പിരിച്ചുവിടൽ പ്രഖ്യാപനം വന്നത്. 21 പേരെക്കൂടി പിരിച്ചുവിടുന്നു. അത് നവംബർ ഒന്നിനു പ്രാബല്യത്തിൽ വരും. ഒക്ടോബറിലാണ് യൂണിയന് ആ അറിയിപ്പുകിട്ടിയത്. ഒക്ടോബറിൽത്തന്നെ, ഒരു നല്ല കാര്യം സംഭവിച്ചിരുന്നു. ഇന്ത്യയിലെ ആദ്യത്തെ തൊഴിലാളി കോഫീ ഹൗസ് ദില്ലിയിൽ തുറന്നു. ഒരു പ്രതീക്ഷാമുനമ്പ്. എങ്കിലും, മറ്റൊരു സ്ഥലത്തുനിന്നും നല്ല വാർത്തയില്ല. അതുകൊണ്ടുതന്നെ കാര്യങ്ങളിൽ വലിയ മാറ്റമൊന്നും ഉണ്ടായതുമില്ല.

സ്ഥിതി ചർച്ചചെയ്യാൻ നംവബർ 25 ന് സെൻട്രൽ സെക്രട്ടേറിയറ്റ് യോഗം വിളിച്ചു. ആ യോഗം ക്വാറമില്ലാതെ പിരിയേണ്ടിവന്നു. യൂണിയന്റെ ചരിത്രത്തിൽ ആദ്യമായിരുന്നു അങ്ങനെയൊരു അനുഭവം!

എല്ലാം തീരുന്നു എന്ന തോന്നൽ പരന്നു. സമരം നടക്കില്ല; കോഫീ ഹൗസ് ഏറ്റെടുക്കലുണ്ടാകില്ല; കിട്ടുന്നതുവാങ്ങി ഞങ്ങൾ പിരിഞ്ഞുപോകേണ്ടിവരും- തൊഴിലാളി വർഗ്ഗം തോല്ക്കുന്നു; തോറ്റ ചരിത്രം ജനിക്കുന്നു.

എ കെ ജിയുടെ രാജി

ഞങ്ങളെയൊക്കെ ഞെട്ടിച്ചുകൊണ്ട് ഒരു സംഭവം കൂടിയുണ്ടായി. ഒരു സർക്കുലർ. യൂണിയൻ ജനറൽ സെക്രട്ടറി സി മാധവൻ നായരുടേത്. യൂണിയൻ നിർണ്ണായകമായ ദിവസങ്ങൾ പിന്നിടുകയാണെന്ന് അദ്ദേഹം എഴുതി. യൂണിയന്റെ ബ്രാഞ്ചുകൾ തമ്മിൽ കടുത്ത അഭിപ്രായ വ്യത്യാസം നിലനില്ക്കുകയാണെന്ന് അതിൽ പരസ്യമായിപ്പറഞ്ഞു. നവംബർ 27 നായിരുന്നു ജനറൽ സെക്രട്ടറി ആ സർക്കുലർ അയച്ചത്. പ്രശ്നങ്ങൾ ചർച്ച ചെയ്തു തീർക്കാൻ യൂണിയന്റെ അടിയന്തര പ്രതിനിധി സമ്മേളനം വിളിച്ചു. 1957 ഡിസംബർ 9 മുതൽ 12 വരെ ബാംഗ്ലൂരിൽ കൂടുന്നു; എല്ലാം തീരുമാനിക്കുന്നു. ഞങ്ങൾ ആ സമ്മേളനത്തിനായി കാത്തിരുന്നു. വെമ്പലോടെ, വേവലാതിയോടെ.

സമ്മേളനത്തിനുമുമ്പ് ഒന്നുകൂടിയുണ്ടായി. യൂണിയൻ വൈസ് പ്രസിഡന്റ് സ്ഥാനം എ കെ ജി രാജിവച്ചു. അദ്ദേഹത്തെ വായനക്കാർക്കറിയാമല്ലോ – വികാരങ്ങളിൽ ജീവിച്ച നേതാവ്. കടുത്ത രീതിയിലാണ് എ കെ ജിയുടെ വികാരപ്രകടനം. നല്ലതെന്തെങ്കിലും കണ്ടാൽ മതിമറക്കും ആ മനുഷ്യൻ. അരുതാത്തതുകണ്ടാൽ പൊട്ടിത്തെറിക്കുകയും ചെയ്യും. അങ്ങനെയൊരു വികാരപ്രകടനമായിരുന്നു ആ രാജി.

ചരിത്രം കുറിച്ച സമ്മേളനം

ബാംഗ്ലൂരിൽ ആ സമ്മേളനം കൂടി. ഇന്ത്യയുടെ നാനാഭാഗത്തുനിന്നുമായി 30 പേർ. ആയിരത്തിലേറെ തൊഴിലാളികളുടെ ഭാവി ഞങ്ങൾ തീരുമാനിക്കാൻ പോകുന്നു. ആ ദൗത്യം 9 നു തുടങ്ങി 12 വരെ നീണ്ടു. ആദ്യം സെക്രട്ടേറിയറ്റും പിന്നാലെ അടിയന്തരപ്രതിനിധിസമ്മേളനവുമായിരുന്നു പരിപാടികൾ. എ കെ ജി മാത്രമല്ല, യൂണിയൻ നേതൃനിരയിലെ രാഷ്ട്രീയ നേതാക്കളാരും സമ്മേളനത്തിന് എത്തിയില്ല. പൂനയിലെ തൊഴിലാളി നേതാവ് ബി പി നത്തോജി മാത്രം വന്നു. അദ്ദേഹത്തെ ഒഴിവാക്കിയാൽ ഞങ്ങൾ തൊഴിലാളികൾ മാത്രമായിരുന്നു സമ്മേളനത്തിൽ.

ഞങ്ങളുടെ വിധി ഞങ്ങൾ തനിച്ചു തീരുമാനിക്കേണ്ടിയിരുന്നു. നേതാക്കളാരുമില്ലാതെ ഞങ്ങൾ ഒത്തുകൂടുകയാണ്. ഇവിടെ പിഴച്ചാൽ എല്ലാം തീർന്നു. സമ്മേളനത്തെക്കൊണ്ട് ഒരു നല്ല തീരുമാനമെടുപ്പിക്കണം. ആ ബാദ്ധ്യത യൂണിയനിലെ കമ്യൂണിസ്റ്റുകാരായ ഞങ്ങളുടേതായി. ഞങ്ങൾ അതേറ്റെടുത്തു. പ്രതിനിധികൾക്കിടയിൽ പ്രചാരവേല ചെയ്തു.

മൂന്നു ചോദ്യങ്ങളായിരുന്നു സമ്മേളനത്തിനുമുന്നിൽ. സമരം ചെയ്യണോ? സഹകരണസംഘമുണ്ടാക്കി കോഫീ ഹൗസ് നടത്തണോ? നഷ്ടം വാങ്ങി പിരിഞ്ഞുപോകണോ?

സംഭവബഹുലമായ ഏഴു മാസത്തെ അനുഭവം സമ്മേളനം വിലയിരുത്തി. വൈസ് പ്രസിഡന്റു സ്ഥാനത്തുനിന്നുള്ള എ കെ ജിയുടെ രാജി സമ്മേളനം ചർച്ച ചെയ്തു. എ കെ ജിയുടെ രാജിക്കു പിന്നാലേ യൂണിയൻ

നേതൃത്വത്തിലെ രാഷ്ട്രീയപ്രവർത്തകർ കൂട്ടത്തോടെ സമ്മേളനത്തിൽ നിന്നു വിട്ടുനിന്നതും. നേതൃത്വത്തിനെതിരെ ഉയർന്നുവന്ന വിമർശനങ്ങളിൽ മനംനൊന്ത ജനറൽ സെക്രട്ടറി സി മാധവൻ നായരും രാജിസന്നദ്ധത പ്രകടിപ്പിച്ചിരുന്നു. എന്നാൽ, ഈ നേതാക്കളെ മാറ്റി മുന്നോട്ടുപോകേണ്ടന്ന വിലയിരുത്തലിൽ സമ്മേളനം എത്തി.

ആദ്യമായി പിരിച്ചുവിടൽ തീരുമാനത്തിനെതിരെ സമരം ചെയ്യണോ എന്ന ചോദ്യമാണ് സമ്മേളനം ചർച്ചയ്ക്കെടുത്തത്. ഇക്കാര്യത്തിൽ ഭിന്നാഭിപ്രായമായിരുന്നു. വോട്ടെടുപ്പുനടന്നു. ബോർഡിനെതിരെ സമരം ചെയ്യണമെന്ന നിലപാടിന് ആറു വോട്ടാണ് കിട്ടിയത്. കോട്ടയം ബ്രാഞ്ചിൽ നിന്ന് സമ്മേളനത്തിനെത്തിയ ഈ ഗ്രന്ഥകാരന്റേതായിരുന്നു അതിലൊരു വോട്ട്. ബോർഡ് ആസ്ഥാനത്തിനുമുന്നിൽ നിരാഹാരസമരം ചെയ്തു മരിക്കാൻ തയ്യാറുള്ളവരുടെ പേരുകൂടി എടുത്തു ഈ സമ്മേളനം. അതിനു തയ്യാറായി സമ്മേളനവേദിയിൽവച്ചുതന്നെ പേരെഴുതിച്ച ഒരാൾകൂടിയാണ് ഞാൻ എന്ന് തികഞ്ഞ അഭിമാനത്തോടെ ഇവിടെ രേഖപ്പെടുത്തട്ടെ.

പിന്നീട്, സഹകരണസംഘമുണ്ടാക്കി കോഫീ ഹൗസുകൾ ഏറ്റെടുക്കണമെന്ന കേന്ദ്ര സെക്രട്ടേറിയറ്റിന്റെ പ്രമേയം സമ്മേളനം ചർച്ചയ്ക്കെടുത്തു. പ്രമേയത്തിന് അനുകൂലവും പ്രതികൂലവുമായി പ്രതിനിധികൾ ചേരിതിരിഞ്ഞു. ഒടുവിൽ, ഒൻപതിനെതിരെ 21 വോട്ടിന് പ്രമേയം പാസായി. പ്രമേയത്തിന് അനുകൂലമായാണ് ഞാൻ വോട്ടുചെയ്തത്.

നിർണ്ണായകമായ ഈ സമ്മേളനത്തിന്റെ അന്തിമ തീരുമാനം ഈ വിധം വരാൻ യൂണിയനിലെ കമ്യൂണിസ്റ്റ് പാർട്ടി അംഗങ്ങൾ വളരെ പണിപ്പെട്ടു. വി രാമൻ നായർ, എം ഗോപിനാഥൻ നായർ എന്നിവരും ഈ ഗ്രന്ഥകാരനും അതിൽ നേതൃത്വപരമായ പങ്കുവഹിച്ചവരാണ്. ആ സമ്മേളനക്കാലത്ത് ഞങ്ങളിൽ ദൃഢമായ സ്നേഹവും പരസ്പരവിശ്വാസവും പില്ക്കാലത്തും തുടർന്നു. എഴുത്തുകൾ വഴി നിരന്തരം കൂടിയാലോചിച്ച് കാര്യങ്ങൾ കൂട്ടായി തീരുമാനിച്ചാണ് ഞങ്ങൾ മൂന്നുപേരും പിന്നീട് മുന്നോട്ടുനീങ്ങിയത്. അങ്ങനെയാണ് പില്ക്കാലത്ത് ദില്ലിയിലും പോണ്ടിച്ചേരിയിലും തൃശൂരിലുമുണ്ടായ സഹകരണ സംഘങ്ങൾ ഞങ്ങൾ നയിച്ചത്. ആ രണ്ടു സഖാക്കളും ഇന്ന് എന്നോടൊപ്പമില്ല. അവർക്ക് ഈ സുഹൃത്തിന്റെ ആദരാഞ്ജലികൾ.

അങ്ങനെ, എ കെ ജിയുടെ സാന്നിദ്ധ്യത്തിൽ ഞങ്ങൾ സഹകരണത്തിലൂടെ മുന്നോട്ടുപോകാൻ ആദ്യമായി തീരുമാനിച്ച ആ മഹാനഗരത്തിൽ വച്ച് ഞങ്ങൾ ഒരിക്കൽക്കൂടി ആ തീരുമാനം പുതുക്കി. ഇത്തവണ എ കെ ജിയുടെ സാന്നിദ്ധ്യമില്ലാതെ. പക്ഷേ, കൂടുതൽ ആത്മവിശ്വാസത്തോടെ. കൂടുതൽ ഉള്ളുറപ്പോടെ.

സമ്മേളനത്തിനുശേഷം ഇറങ്ങിയ യൂണിയൻ സർക്കുലറിൽ ആ ആത്മവിശ്വാസത്തിന്റെ മാറ്റൊലികേൾക്കാം: “ചെയ്ത ജോലിയുടെ കൂലിക്ക് ഇരക്കേണ്ട അവസ്ഥയിൽനിന്ന് തൊഴിലാളികളെ മോചിപ്പിക്കാനുള്ള യത്നം ഇതാ തുടങ്ങിയിരിക്കുന്നു. സ്വന്തം യജമാനന്മാരാകാൻ

ഈ സമ്മേളനം തൊഴിലാളികളെ ആഹ്വാനം ചെയ്യുന്നു."

സംഘങ്ങൾ കെട്ടിപ്പടുക്കുക, സമരം തുടരുക, ബോർഡുമായുള്ള ചർച്ച മുന്നോട്ടുകൊണ്ടുപോവുക എന്നിങ്ങനെയുള്ള ഒരു മൂന്നുവഴിപ്പദ്ധതിയും സമ്മേളനത്തിൽ തയ്യാറായി.

സമ്മേളനം എന്തു ചെയ്തു

യൂണിയനിലെ പല മട്ടിലുള്ള അഭിപ്രായങ്ങളെ ഒത്തിണക്കിയ തീരുമാനമായിരുന്നു സമ്മേളനത്തിന്റേത്. ഒരുവശത്ത് സഹകരണസംഘമുണ്ടാക്കി കോഫീ ഹൗസ് ഏറ്റെടുക്കുക, മറുവശത്ത് ബോർഡുമായി ചർച്ച തുടർന്ന് തൊഴിലാളികൾക്ക് പരമാവധി നേട്ടമുണ്ടാക്കുക, ഒപ്പം സമര പാത ഉപേക്ഷിക്കാതെ തൊഴിലാളിതാല്പര്യം കാക്കുക. ഇതിനായി മൂന്നു കമ്മിറ്റികൾക്കും സമ്മേളനം രൂപം കൊടുത്തു.

ബോർഡുമായി ചർച്ച നടത്താനള്ള ഡെപ്യൂട്ടേഷൻ കമ്മിറ്റി എം സി നരസിംഹൻ— ബാംഗ്ലൂർ (ചെയർമാൻ), കെ സുബ്ബറാവു - ബാംഗ്ലൂർ (കോ-ചെയർമാൻ), സി മാധവൻ നായർ - ചാവക്കാട്, വി രാമൻ നായർ - ചാലക്കുടി, ഒ വി ശങ്കരൻ- അന്തിക്കാട് (അംഗങ്ങൾ). ഇവരിൽ നരസിംഹനും സുബ്ബറാവുവും ബാംഗ്ലൂർ സ്വദേശികളും പൊതുപ്രവർത്തകരുമായിരുന്നു. മാധവൻ നായരും രാമൻ നായരും ശങ്കരനും ഈ പുസ്തകത്തിൽ നേരത്തേ പരാമർശിക്കപ്പെട്ടിട്ടുള്ളവരും യൂണിയൻ നേതാക്കളുമാണ്.

സഹകരണസംഘങ്ങൾ ഉണ്ടാക്കാനുള്ള സെൻട്രൽ ഓർഗനൈസിങ് കമ്മിറ്റി: അഡ്വക്കേറ്റ് കെ സുബ്ബറാവു (പ്രസിഡന്റ്), പി സുബ്ബയ്യ - തൂത്തുക്കുടി (സെക്രട്ടറി), പി എൻ കുട്ടപ്പൻ നായർ - ചേർത്തല (ജോയിന്റ് സെക്രട്ടറി), വി രാമൻ നായർ (ഖജാൻജി) ഒ വി ശങ്കരൻ, എൻ എസ് പരമേശ്വരൻ പിള്ള (ഗ്രന്ഥകാരൻ), പി എൻ രാഘവൻ നായർ— ചേർത്തല, എം ഗോപിനാഥൻ നായർ - വാമനപുരം, പി ഒ ആന്റണി - തൃശൂർ (അംഗങ്ങൾ).

സമരപരിപാടികൾ തുടരാനുള്ള ആക്ഷൻ കമ്മിറ്റി: എ കെ ഗോപാലൻ എം പി, എം സി നരസിംഹൻ, കെ സുബ്ബറാവു, സി മാധവൻ നായർ, വി രാമൻനായർ, ഒ വി ശങ്കരൻ, കെ എൻ രാമൻപിള്ള- ആലുവ, പി സുബ്ബയ്യ, എൻ എസ് പരമേശ്വരൻ പിള്ള(ഗ്രന്ഥകാരൻ), പി എൻ രാഘവൻ നായർ, കെ ജി പണിക്കർ- ഗുരുവായൂർ, ബി പി നത്തോജി-പൂന, എൻ എൻ മന്നാ-ദില്ലി.

അവിടന്നങ്ങോട്ട് കോഫീ ഹൗസ് തൊഴിലാളികളുടെ ജീവിത സമരത്തിന്റെ മാർഗ്ഗദീപം ഈ സമ്മേളനത്തിലെ തീരുമാനമായിരുന്നു; അതിന്റെ ചാലകശക്തി ഈ നേതൃത്വമായിരുന്നു.

വായനക്കാരേ, അരനൂറ്റാണ്ടിനിപ്പുറം നിന്നാണ് ഞാൻ തിരിഞ്ഞുനോക്കുന്നത് - എത്രകണിശമായിരുന്നു ആ തീരുമാനം! അതിൽ ട്രേഡ്

യൂണിയൻ തീവ്രവാദമില്ല; അരാഷ്ട്രീയവാദമില്ല; കടുംപിടിത്തവുമില്ല. ആ തീരുമാനമാണ് പില്ക്കാലത്ത് കോഫീ ഹൗസിന് ഇങ്ങനെയൊരു ഉജ്ജ്വല ചരിത്രമുണ്ടാകാൻ കാരണമായത്.

രാജിയുടെ പൊരുൾ

സമ്മേളനത്തിലില്ലാഞ്ഞിട്ടും ഒരു അദൃശ്യസാന്നിദ്ധ്യമായിരുന്നു എ കെ ജി. ആ രാജി പ്രതിനിധികളെ വികാരത്തിലാഴ്ത്തിയോ? അന്തിമ തീരുമാനത്തെ സ്വാധീനിച്ചുവോ? ഉവ്വെന്ന് ഞാൻ ഉറച്ചു വിശ്വസിക്കുന്നു.

എ കെ ജിയുടെ രാജി വികാരപ്രകടനമായിരുന്നുവെന്ന് ഞാൻ നേരത്തേ പറഞ്ഞുവോ? തെറ്റ്. ഞങ്ങൾക്ക് അദ്ദേഹം തന്ന ഷോക്ക് ചികിത്സയായിരുന്നു അത്. എ കെ ജിയെപ്പോലൊരു നേതാവിനുമാത്രം തരാൻ കഴിയുന്ന ഒന്ന്. ഈ പുസ്തകത്തിലൂടെ അതു ചരിത്രമാകട്ടെ. നേതാക്കൾക്കുള്ള ഒരു ചരിത്രപാഠമാകട്ടെ. നാളത്തെ നേതാക്കൾ ഇതു പഠിക്കട്ടെ. നിരീക്ഷിക്കുകയും വിലയിരുത്തുകയും പഠിക്കുകയും ചിന്തിക്കുകയും മുൻകൂട്ടി കാണുകയും ചെയ്യുന്നതിനൊപ്പം, അവർ വേണ്ടിവരുമ്പോൾ അനുയായികളോടു പിണങ്ങുകയും അവരെ തിരുത്തുകയുംകൂടി ചെയ്യട്ടെ. ആ പാഠം ഒരു 'എ കെ ജി ശൈലി'യായി അറിയപ്പെടട്ടെ.

പ്രിയപ്പെട്ട എ കെ ജി, ഇത് അങ്ങയെക്കുറിച്ചുള്ള പഠനങ്ങളിലേക്ക് ഈ എളിയവൻ കൂട്ടിച്ചേർക്കുന്ന സ്വന്തം നിരീക്ഷണം. അങ്ങ് എനിക്കു തന്ന ജീവിതത്തിനു പകരമായി എനിക്ക് ഇതേ തരാനുള്ളൂ.

ബാംഗ്ലൂരിൽവച്ചു ശരിയായ തീരുമാനമെടുത്തിട്ടും ഞങ്ങളുടെ കഷ്ടകാലം മാറിയില്ല. ഇന്ത്യയിലെ കോഫീ ഹൗസുകൾ തൊഴിലാളികളുടെ കൈയിലെത്താൻ പിന്നെയും വിയർപ്പും കണ്ണീരും ഒഴുക്കേണ്ടി വന്നു. ആശയക്കൂറും കരളുറപ്പുമുള്ള ഒരുപിടിപ്പേരുടെ നോവും വേവും അതിനു പിന്നിലുണ്ട്.

വിങ്ങുന്ന ഹൃദയത്തോടെമാത്രം എനിക്ക് ഓർക്കാനാവുന്ന ആ കഥകളിലേക്കാണ് ഇനി നമ്മൾ പോകുന്നത്.

5

ഞങ്ങൾ സഹനത്തിലേക്ക്

ഇന്ത്യയിൽ 11 സഹകരണ സംഘം: അവ 43 കോഫീ ഹൗസും ഏറ്റെടുക്കുക. ജോലിപോകുന്ന മുഴുവൻ പേർക്കും ജോലി കൊടുക്കുക- അതായിരുന്നു ഇന്ത്യാ കോഫീ ബോർഡ് ലേബർ യൂണിയന്റെ പദ്ധതി. ഇപ്പോഴതുപറയാൻ രണ്ടോ മൂന്നോ വരിമതി. പക്ഷേ അന്നത് അഗ്നി പരീക്ഷ തന്നെയായിരുന്നു. ഓരോ സംഘവുമുണ്ടായത് വലിയ വലിയ ത്യാഗങ്ങളിലൂടെയാണ്.

മലയാളികളുടെ നേട്ടം

നമുക്കഭിമാനിക്കാം. ഇന്ത്യയിലാകെ തൊഴിലാളി കോഫീ ഹൗസു കളുണ്ടാക്കാൻ നേതൃത്വം കൊടുത്തവർ ഏതാണ്ടെല്ലാവരും മലയാളിക ളാണ്. അവരെല്ലാവരും കോഫീ ബോർഡിൽനിന്നു പിരിച്ചുവിട്ട നാലാം തരം ജോലിക്കാരും യൂണിയൻ പ്രവർത്തകരുമാണ്.

ഇന്ത്യയിലാകെ സഹകരണസംഘങ്ങൾ ഉണ്ടാക്കാൻ 1957 ഡിസം ബർ 11, 12 തീയതികളിലെ നിർണ്ണായക പ്രതിനിധിസമ്മേളനം ചുമതല പ്പെടുത്തിയത് ഇവരെയാണ്: 1. ദില്ലി- വി രാമൻ നായർ, പി എൻ എസ് പിള്ള, പി ജെ ജോൺ, കെ വാസു (തലശ്ശേരി), 2. ലഖ്നൗ - വി രാമൻ നായർ, എ നാരായണൻ നായർ (തിരൂർ), 3. കൊല്ക്കത്ത - വി രാമൻ നായർ, പി കുഞ്ഞിക്കണ്ണൻ (കണ്ണൂർ), എം എ ജാഫർ (കുണ്ടറ), 4. ജബൽപ്പൂർ - സി കെ സുബ്രഹ്മണ്യൻ (ഇരിങ്ങാലക്കുട), 5. നാഗ്പൂർ - ടി കെ ഗോപാ ലക്കുറുപ്പ് (കോഴിക്കോട്), ടി ശിവശങ്കര മേനോൻ (പാലക്കാട്), 6. മുംബൈ - കെ ജി പണിക്കർ, കെ എം മാത്തൻ (കോട്ടയം), 7. പൂന- എം ഗോപി നാഥൻ നായർ, കെ എം മൊയ്തീൻ (ആലുവ), ഇ ഒ ഇട്ടിക്കുര്യൻ (ആ ലുവ), 8. ബാംഗ്ലൂർ - പി സുബ്ബയ്യ, ടി പി രാഘവൻ, ഒ വി ശങ്കരൻ, പി

എൻ കുട്ടപ്പൻ നായർ 9. പോണ്ടിച്ചേരി - എം ഗോപിനാഥൻ നായർ, 10. തൃശൂർ, പാലക്കാട് - എൻ എസ് പരമേശ്വരൻ പിള്ള (ഗ്രന്ഥകാരൻ).

ഇവരിൽ ബാംഗ്ലൂർ കോഫീ ഹൗസ് ഉണ്ടാക്കാൻ ചുമതലയേറ്റ സുബ്ബയ്യ മാത്രമേ മലയാളിയല്ലാതുള്ളൂ. അദ്ദേഹം തൂത്തുക്കുടിക്കാരനാണ്.

ചരിത്രപുസ്തകങ്ങളിൽ പേരുവരാനായിരുന്നില്ല ഇവരുടെ പ്രവർത്തനം. പക്ഷേ, ഈ പേരുകളില്ലെങ്കിൽ ഈ പുസ്തകം അപൂർണ്ണമാകും. ഇന്ത്യയുടെ വിവിധ പട്ടണങ്ങളിലെ കോഫീ ഹൗസുകൾ കാണുമ്പോൾ, അവിടെ കയറുമ്പോൾ, നിങ്ങൾ ഇവരെ ഓർക്കാനിടവരട്ടെ. ആ സ്ഥാപനങ്ങളുടെ ഓരോ തൂണിലും തുരുമ്പിലും ഇപ്പോഴും ഇവരുണ്ട് ഇവരുടെ നിശ്വാസങ്ങളും പ്രതീക്ഷകളും നിന്നു തുടിക്കുന്നുണ്ട്.

കേരളത്തിലുണ്ടായത്

വിശാലമായ ഈ രാജ്യത്തെ വിദൂരമായ പത്തു കേന്ദ്രങ്ങളിലാണ് ആ ദൗത്യം മുന്നേറിയത്. ഓരോ സ്ഥലത്തുമുണ്ടായ പ്രയാസങ്ങൾ അവിടങ്ങളിൽ മുന്നിലുണ്ടായിരുന്നവർക്കേ അറിയൂ. അവരിൽ മിക്കവരും ഇന്നില്ല. ആ കഥയുടെ ഏടുകൾ പലതും നഷ്ടപ്പെടുകയും ചെയ്തു. ഞാൻ കേരളത്തിലെ കഥ പറയാം അതെങ്കിലും ചരിത്രത്തിലുണ്ടാകട്ടെ. ഇന്ത്യയുടെ നാനാഭാഗത്തും പ്രവർത്തിക്കുന്ന ഓരോ സംഘവും അവരവരുടെ ഉത്ഭവ ചരിത്രം ഇനിയെങ്കിലും കണ്ടെത്തണമെന്നും പ്രസിദ്ധീകരിക്കണമെന്നും ഞാൻ നിർദ്ദേശിക്കുന്നു.

കേരളത്തിൽ തൊഴിലാളി കോഫീ ഹൗസ് പ്രസ്ഥാനം മുളച്ചത് തീയിലാണ്. സഹനങ്ങളുടെ കൊടുംതീയിൽ. അക്കാലത്തെ യൂണിയൻ കേരള സ്റ്റേറ്റ് കമ്മിറ്റി ഭാരവാഹികൾ ഇവരായിരുന്നു.

പ്രസിഡന്റ് - പി ബാലചന്ദ്ര മേനോൻ എം എൽ എ, വൈസ് പ്രസിഡന്റ് എം എം ലോറൻസ്, സെക്രട്ടറി, എൻ എസ് പരമേശ്വരൻ പിള്ള (ഗ്രന്ഥകാരൻ), കമ്മിറ്റി അംഗങ്ങൾ, അഡ്വ. വി വിശ്വനാഥ മേനോൻ, എ ഗോപാലകൃഷ്ണ മേനോൻ, കെ ഗോവിന്ദൻ നായർ (ചാഴൂർ), പി ആർ ജോസഫ് (ആലുവ). ഇവരിൽ ബാലചന്ദ്ര മേനോൻ, ലോറൻസ്, വിശ്വനാഥ മേനോൻ എന്നിവർ കമ്യൂണിസ്റ്റ് നേതാക്കളായിരുന്നു. ഗോപാലകൃഷ്ണ മേനോൻ എറണാകുളം മുനിസിപ്പൽ കൗൺസിലറും പൊതുപ്രവർത്തകനുമായിരുന്നു. ഗോവിന്ദൻ നായരും ജോസഫും കോഫീ ഹൗസ് തൊഴിലാളികളും.

കേരളത്തിനാകെ ഒരു സഹകരണ നിയമം അന്നില്ലായിരുന്നു. പഴയ തിരുക്കൊച്ചി പ്രദേശത്ത് ഒരു നിയമം; പഴയ മലബാറിൽ മറ്റൊന്ന് — അതായിരുന്നു സ്ഥിതി. അതുകൊണ്ട് രണ്ടു സംഘമുണ്ടാക്കേണ്ടിയിരുന്നു.

യൂണിയൻ ഇതിനായി തയ്യാറാക്കിയ പദ്ധതി ഇങ്ങനെയാണ്: എല്ലാ ജീവനക്കാരും പത്തുരൂപയ്ക്ക് ഓഹരിയെടുക്കുക. ജോലിവേണ്ടവർ മുന്നൂറുരൂപയ്ക്കും. പിന്നീടത് അഞ്ഞൂറുരൂപയുടേതാക്കണം. ഈ വ്യവസ്ഥയിൽ സംഘമുണ്ടാക്കുക.

പക്ഷേ, ജീവനക്കാർക്ക് ആകപ്പാടെ സംശയമായിരുന്നു. സംഘമുണ്ടാകട്ടെ, കോഫീ ഹൗസ് ഏറ്റെടുക്കട്ടെ, ഞാൻ പിന്നെ ചേരാം - ഇതായിരുന്നു പൊതുമട്ട്. എന്തുചെയ്യും? കൂടുതൽപേരും ഇങ്ങനെ നിന്നാൽ സംഘമുണ്ടാകില്ല. ഒരേയൊരു വഴിയേ ഉണ്ടായിരുന്നുള്ളൂ. ഓരോ ശാഖയിലും നേരിട്ടു ചെല്ലുക; ഓരോരുത്തരെയായി പയ്യെപ്പയ്യെ പറഞ്ഞുമനസ്സിലാക്കുക, ഓഹരിയെടുപ്പിക്കുക.

ആ ജോലി ഒരാൾ ചെയ്യണം. കോഫീ ഹൗസിൽനിന്ന് അവധിയെടുത്തുവേണം അയാൾ അതിനിറങ്ങാൻ. പിരിച്ചുവിടലിന്റെ വക്കത്തുനില്ക്കുന്നവർ അവധിയെടുത്താലോ, പിരിച്ചുവിടുമ്പോൾ കിട്ടുന്ന ആനുകൂല്യം കുറയും. അതു സഹിച്ചുകൊണ്ടുതന്നെ ഒരാൾ ആ പണിയേല്ക്കണം. യൂണിയൻ സംസ്ഥാന സെക്രട്ടറിയായ ഞാൻ തന്നെ ആ ചുമതലയേറ്റു. എന്നെ അന്നു പിരിച്ചുവിട്ടിരുന്നില്ല. പിരിച്ചുവിടുമെന്ന് ഉറപ്പുണ്ടായിരുന്നുതാനും. എന്നിട്ടും ഞാൻ അവധിയെടുത്തു. പിരിച്ചുവിടുമ്പോൾ കിട്ടുന്ന ആനുകൂല്യം വല്ലാതെ കുറയുമെന്ന് ഉറപ്പിച്ചുകൊണ്ടുതന്നെ. ശമ്പളമില്ലാത്ത അവധിയായിരുന്നു അത്. സംഘമുണ്ടാക്കാൻ വേണ്ടി, ഏറ്റ കാര്യം നടത്താൻ വേണ്ടി, എനിക്കതു ചെയ്യേണ്ടിവന്നു.

വായനക്കാർ ഓർക്കുമല്ലോ 1952 ലെ നവംബർ, വിശ്വാസത്തകർച്ചയുടെ ആ നാളുകളിലാണ് എന്റെ യത്നം തുടങ്ങിയത്. മേഖലായോഗങ്ങൾ, നേതൃയോഗങ്ങൾ, പൗരപ്രമുഖരെക്കണ്ട് സഹായംതേടൽ, കോഫീ ഹൗസുകളിലും ക്വാർട്ടേഴ്സുകളിലും ചെന്ന് ആളുകളെക്കണ്ട് കാര്യങ്ങൾ വിശദമാക്കൽ, ഓരോരുത്തരുടെയും വീടുകളിൽച്ചെന്ന് വീട്ടുകാരെ ബോദ്ധ്യപ്പെടുത്തൽ, ഓഹരിപ്പണം പിരിക്കൽ— അതായിരുന്നു പരിപാടി.

മിക്കപ്പോഴും യാത്രാച്ചെലവുപോലുമില്ലായിരുന്നു. ആരോടും കാശു ചോദിക്കാൻ വയ്യ. തൊഴിലാളി കോഫീ ഹൗസുണ്ടാകുമെന്നുപോലും പലർക്കും അഭിപ്രായമില്ല. അപ്പോൾ, യൂണിയൻ സെക്രട്ടറിക്ക് യാത്രയ്ക്കുവരെ കാശില്ലെന്നുവന്നാലോ? എല്ലാവരുടെയും ആത്മവിശ്വാസം തകരും. അതുകൊണ്ട് ഞാൻ ആരുടെയും മുന്നിൽ കൈനീട്ടിയില്ല. പലപ്പോഴും നാഴികകൾ നടന്നിട്ടുണ്ട്. പട്ടിണിയിൽക്കഴിഞ്ഞിട്ടുണ്ട്. കാര്യം മനസ്സിലാക്കി ചിലരൊക്കെ ഭക്ഷണവും കാശും തന്നിട്ടുമുണ്ട്. അതുണ്ടായാലും ഇല്ലെങ്കിലും, ഒരു ദിവസവും വെറുതെ കളയാതെ ഞാൻ അലഞ്ഞു. അന്ന് ഇതൊന്നും നടക്കില്ലെന്നു പറഞ്ഞവരുണ്ട്. ഗുണദോഷിച്ചവരുണ്ട്. കുറ്റപ്പെടുത്തിയവരുണ്ട്. കളിയാക്കിയവരുണ്ട്. എന്തിനേറെപ്പറയണം, കണ്ടപ്പോൾ വഴിമാറിപ്പോയവർ പോലുമുണ്ട്. നവംബർ അങ്ങനെ പോയി. വലിയ നേട്ടമൊന്നുണ്ടാക്കാതെ.

ഡിസംബർ വന്നു. ഞങ്ങൾ നേർവഴിയിലേക്കുള്ള തീരുമാനമെടുത്ത ബാംഗ്ലൂർ സമ്മേളനംനടന്ന മാസം. കേരളത്തിൽ സംഘമുണ്ടാക്കാൻ വ്യക്തമായ പദ്ധതി തയ്യാർ. എറണാകുളത്തുനിന്നു തുടങ്ങുക. അവിടത്തെ കോഫീ ഹൗസാണ് കേരളത്തിൽ ആദ്യം അടയ്ക്കുക. അത് ഏറ്റെടുക്കുക.

എറണാകുളത്ത് വ്യവസായവകുപ്പിനുകീഴിൽ ഒരു ഇൻഡസ്ട്രിയൽ

കോ-ഓപ്പറേറ്റീവ് സൊസൈറ്റിയുണ്ടാക്കണം. അത് ഉടൻ വേണം. എറണാകുളം കോഫീ ഹൗസ് മുതലാളിയെ ഏല്പിക്കാൻ നീക്കം നടക്കുകയാണ്. ഒന്നിനും സമയമില്ല.

സംഘമുണ്ടാക്കാൻ ആദ്യം 500 രൂപ കെട്ടിവയ്ക്കണം. എനിക്കു പിരിഞ്ഞു കിട്ടിയിരുന്നത് 354 രൂപയാണ്. ഒന്നരമാസക്കാലം ഞാൻ കേരളത്തിലങ്ങോളമിങ്ങോളം അലഞ്ഞതിന്റെ വില! കൂടുതൽ ജീവനക്കാർ പണം തരണം. കൂടുതൽപ്പേരെ മാനസാന്തരപ്പെടുത്തണം. അതിന് സമയമില്ല. മുന്നിൽ രണ്ടു വഴിയേയുള്ളൂ: ഒന്നുകിൽ പണം വരുംവരെ കാക്കുക. എറണാകുളം കോഫീ ഹൗസിനെ വിധിക്കുവിടുക. അല്ലെങ്കിൽ, എവിടെനിന്നെങ്കിലും പണമൊപ്പിച്ച് സംഘമുണ്ടാക്കി കോഫീ ഹൗസ് ഏറ്റെടുക്കുക. പണംവരുമ്പോൾ കടം വീട്ടുക. രണ്ടാമത്തെ വഴി പൊല്ലാപ്പാണ് - സംഘമുണ്ടായില്ലെങ്കിൽ കടം തന്നത്താൻ പേറണം.

തോല്ക്കുന്നവന്റെ മനഃശാസ്ത്രം എന്നെ ധീരനാക്കി. ഭാര്യ ലളിതയുടെ പണ്ടങ്ങൾ ഞാൻ പണയംവച്ചു. 150 രൂപകിട്ടി. സംഘം തുടങ്ങാനുള്ള പണം കെട്ടിവച്ചു. എറണാകുളത്ത് സംഘമുണ്ടാക്കാൻ യൂണിയൻ ഔപചാരികമായി തീരുമാനിച്ചതിന്റെ പിറ്റേന്ന്, 1957 ഡിസംബർ 21 ന് തന്നെയായിരുന്നു അത്. ഒരുദിവസംപോലും പാഴാകരുത്. ഓരോ ദിവസവും പ്രധാനമാണ്.

ആ പണത്തിന്റെ ഗതിയെന്താകുമെന്ന് അന്നെനിക്കറിയില്ലായിരുന്നു ഞാൻ പോഴനാണെന്നു പലരും പറഞ്ഞു. പക്ഷേ, എന്നെ പോഴനാക്കിയില്ല, എന്റെ സഖാക്കൾ, പണം തിരിച്ചുകിട്ടി. ഒരു മാസത്തിനുശേഷം.

വഞ്ചകർ ജയിക്കുന്നു

ഇതൊക്കെച്ചെയ്തിട്ടും ആ സംഘമുണ്ടായില്ല. ഉദ്യോഗസ്ഥർക്കു കൈമടക്കാത്തതിനാൽ, നടപടികൾ ചുവപ്പുനാടയിൽ കുരുങ്ങിയതിനാൽ.

കേരളത്തിൽ സംഘങ്ങൾ ഉണ്ടാക്കുന്നതിനുവേണ്ടി ഞാൻ ആറിടത്ത് യോഗങ്ങൾ വിളിച്ചു കൂട്ടി. നവംബർ 14- കോഴിക്കോട്, 15-പാലക്കാട്, 16- തൃശൂർ, 17-കോട്ടയം, 18- തിരുവനന്തപുരം. എല്ലായിടത്തും സെൻട്രൽ എക്സിക്യൂട്ടീവ് അംഗം ആലുവ സ്വദേശി കെ എൻ രാമൻ പിള്ളയും ഞാനും പങ്കെടുത്തു. കോഴിക്കോട്ട് കല്ലാട്ട് കൃഷ്ണൻ, തൃശൂരിൽ ടി കെ കൃഷ്ണൻ എം എൽ എ, എറണാകുളത്ത് എം എം ലോറൻസ്, കോട്ടയത്ത് ഇ എം ജോർജ്, തിരുവനന്തപുരത്ത് കാട്ടായിക്കോണം വി ശ്രീധർ എന്നീ കമ്യൂണിസ്റ്റ് നേതാക്കളും പങ്കെടുത്തു. തുടർന്ന് യൂണിയൻ സ്റ്റേറ്റ് കമ്മിറ്റി എറണാകുളത്ത് മാരുതി ലോഡ്ജിൽ കൂടി. ഈ യോഗത്തിൽ കോഴിക്കോട് കോഫീ ഹൗസിൽനിന്ന് കെ പി പ്രഭാകരൻ നായരും പാലക്കാട് കോഫീഹൗസിൽ നിന്ന് വി രാമനും പങ്കെടുത്തിരുന്നു.

ഇതിനു പിന്നാലെയാണ് ബാംഗ്ലൂരിലെ നിർണ്ണായകസമ്മേളനം ചേർന്നത്. സമ്മേളനം കഴിഞ്ഞെത്തിയപാടേ എറണാകുളത്ത് ഒരു യോഗം

കൂടി. ഡിസംബർ 20 നായിരുന്നു അത്. എറണാകുളം കോഫീ ഹൗസായിരുന്നു വേദി. വ്യാവസായികവകുപ്പിനു കീഴിൽ സഹകരണസംഘമുണ്ടാക്കാൻ യോഗം തീരുമാനിച്ചു. അതിന് ഒരുകമ്മിറ്റിക്കും രൂപം കൊടുത്തു. എം പി കൃഷ്ണപിള്ള (പത്രപ്രവർത്തകൻ)- പ്രസിഡന്റ്, എൻ എസ് പരമേശ്വരൻപിള്ള (ഗ്രന്ഥകാരൻ) - ചീഫ് പ്രമോട്ടർ/ സെക്രട്ടറി, കമ്മിറ്റി അംഗങ്ങൾ - കെ ഗോവിന്ദൻ നായർ, വി വിശ്വനാഥ മേനോൻ, എം എം ലോറൻസ്, എ ഗോപാലകൃഷ്ണമേനോൻ, പി ആർ ജോസഫ്. ഈ യോഗത്തിന്റെ തീരുമാനമനുസരിച്ചുണ്ടാകേണ്ട സംഘമാണ് ഉണ്ടാകാതെ പോയത്.

എറണാകുളത്ത് എന്തേ ഞങ്ങൾ തോറ്റു? തിരിഞ്ഞുനോക്കുമ്പോൾ ഞാൻ പറയും: നമ്മുടെ ലോകം പാവങ്ങളുടേതല്ലാത്തതുകൊണ്ട്.

ഉദ്യോഗസ്ഥമേധാവിത്വം എന്നത് വലിയ അർത്ഥമൊന്നുമില്ലാത്ത ഒരു വാക്കായി ഇന്നത്തെയാളുകൾക്കു തോന്നുമായിരിക്കും. പക്ഷേ, അതൊരു വലിയ സത്യമാണ്. എന്നും ഭരണം ഉദ്യോഗസ്ഥരുടെ കൈയിലാണ് അവർക്ക് അവരുടെ ലോകമുണ്ട്. അവരുടെ നിയമങ്ങളുണ്ട്. അതു നടപ്പാക്കാൻ കിങ്കരന്മാരുണ്ട്. ചൂട്ടുപിടിക്കാൻ ശിങ്കിടികളും. അവരുമായി ഏറ്റുമുട്ടിയാണ് ഞങ്ങൾ എറണാകുളത്തുതോറ്റത്.

ഞങ്ങളുടെ ശ്രമം ഒരിക്കലും തോല്ക്കേണ്ടതായിരുന്നില്ല. അന്ന് കേരളം കമ്യൂണിസ്റ്റ് പാർട്ടി ഭരിക്കുകയാണ്. അതും നമ്മുടെ ചരിത്രത്തിലാദ്യമായി അധികാരത്തിൽവന്ന കമ്യൂണിസ്റ്റ് മന്ത്രിസഭ. പുതിയ മൂല്യങ്ങളുണ്ടാക്കാൻ ജനലക്ഷങ്ങളുടെ പ്രതീക്ഷകളും പേറി ഭരിച്ചുകൊണ്ടിരുന്ന മന്ത്രിസഭ. വ്യവസായവകുപ്പ് കമ്യൂണിസ്റ്റ് മന്ത്രി കെ പി ഗോപാലന്റെ നിയന്ത്രണത്തിലായിരുന്നു. ഞങ്ങളുടെ യൂണിയൻ കമ്യൂണിസ്റ്റ് യൂണിയനുമായിരുന്നു.

എന്നിട്ടും, ആ ശ്രമം പരാജയപ്പെട്ടു സംഘമുണ്ടാകുമെന്നു കരുതി കഴിഞ്ഞുകൂടി ഞങ്ങളുടെ വിലപ്പെട്ട ദിവസങ്ങൾ പോയി. കേരളത്തിൽ ആദ്യം തൊഴിലാളികളുടേതായി തുറക്കേണ്ടിയിരുന്ന കോഫീ ഹൗസ് തുറക്കാൻ കഴിഞ്ഞില്ല, ഓരോ പൈസയും ഞങ്ങൾക്കു വിലപ്പെട്ടതായിരുന്ന അക്കാലത്ത്, 500 രൂപ ഇതിനായി മരവിപ്പിക്കേണ്ടതായും വന്നു. കേരളത്തിൽ സംഘമുണ്ടാക്കാനുള്ള ശ്രമത്തെത്തന്നെ ഇല്ലാതാക്കാൻ പോന്നതായിരുന്നു ആ വലിയ തിരിച്ചടി.

ഈ കഥയിലെ വില്ലന്മാർ കുറേ ഉദ്യോഗസ്ഥരാണ്. അവർക്കു ഞങ്ങളെ തോല്പിക്കാനായത് ഒരു കടങ്കഥയാണ്. ആ ചതിയുടെ വഴി ഇങ്ങനെയായിരുന്നു:

എറണാകുളത്തു സംഘമുണ്ടാക്കാൻ തുണയായി ഞങ്ങൾ കണ്ടത് പത്രപ്രവർത്തകനായ സ്വാതന്ത്ര്യസമരസേനാനി എം പി കൃഷ്ണപിള്ളയെയായിരുന്നു. *ദേശബന്ധു, മലയാളരാജ്യം, ഡെക്കാൻ ഹെറാൾഡ്* എന്നീ പത്രങ്ങളുടെ ലേഖകനായിരുന്ന അദ്ദേഹം എറണാകുളത്തെ ഒരു പൗര പ്രമുഖനായിരുന്നു. 1957 ഡിസംബർ 20 ന് എറണാകുളം കോഫീ

ഹൗസിൽ ചേർന്ന ആലോചനായോഗത്തിൽ കൃഷ്ണപിള്ളയും പങ്കെടുത്തിരുന്നു. ആ യോഗത്തിൽവച്ചാണ് കൃഷ്ണപിള്ള സംഘത്തിന് രജിസ്ട്രേഷൻ വാങ്ങിത്തരുന്ന ചുമതലയേറ്റത്. സംഘമുണ്ടാക്കാനുള്ള കമ്മിറ്റിയുടെ പ്രസിഡന്റായി അദ്ദേഹത്തെ തിരഞ്ഞെടുക്കുകയും ചെയ്തു. എം എം ലോറൻസ്, എ വിശ്വനാഥ മേനോൻ എന്നീ കമ്യൂണിസ്റ്റ് നേതാക്കളുടെകൂടി സാന്നിദ്ധ്യത്തിലാണ് ഈ തീരുമാനമുണ്ടായത്.

യോഗത്തിലെ തീരുമാനമനുസരിച്ച് ഞങ്ങൾ എല്ലാം ചെയ്തു. നിർദ്ദിഷ്ട സൊസൈറ്റിക്ക് നിയമാവലിയുണ്ടാക്കി. ബജറ്റ് തയ്യാറാക്കി. കൊച്ചിൻ സെൻട്രൽ കോ-ഓപ്പറേറ്റീവ് ബാങ്കിൽ 500 രൂപ കെട്ടിവച്ചു. ഇതിന്റെ രേഖകളെല്ലാം ഡിസംബർ 21 ന് വ്യവസായവകുപ്പ് ഓഫീസിൽ കൊടുത്തു.

പിന്നെ, കാത്തിരിപ്പായിരുന്നു. ഒന്നും സംഭവിച്ചില്ല. കോട്ടയത്തുനിന്ന് എറണാകുളത്തു പതിവായി വന്നന്വേഷിക്കാൻ പണമില്ല. പല തവണ കൃഷ്ണപിള്ളയ്ക്ക് കത്തെഴുതി. മറുപടിയില്ല. രണ്ടുതവണ എറണാകുളത്തെത്തി അദ്ദേഹത്തെ കണ്ടു. രജിസ്ട്രേഷൻ ഉടൻ കിട്ടും എന്ന് അദ്ദേഹം ഉറപ്പിച്ചു പറഞ്ഞു. ആ വിശ്വാസത്തിൽത്തന്നെ ഞാൻ മടങ്ങി.

ഇതിനിടെയാണ് എറണാകുളം കോഫീ ഹൗസ് ബോർഡ് മുതലാളിക്കു കൈമാറിയതായി കിംവദന്തി പരന്നത്. അതോടെ ഞാൻ എറണാകുളത്തെത്തി വ്യവസായവകുപ്പ് ഓഫീസിൽ അന്വേഷിച്ചു. ബന്ധപ്പെട്ട രണ്ടുദ്യോഗസ്ഥർ വടക്കൻ പറവൂരിൽ ടൂറിലായിരുന്നു. നേരേ വടക്കൻ പറവൂരിൽച്ചെന്ന് അവരെ നേരിൽക്കണ്ടു. അവർ പറഞ്ഞതെന്താണെന്നോ – രജിസ്ട്രേഷൻ ഉടൻ ശരിയാകില്ല; ശരിയാകണമെങ്കിൽ എന്തു ചെയ്യണമെന്ന് കൃഷ്ണപിള്ള സാർ പറഞ്ഞുതരും.

പോരേ, ഒരാളെ തകർക്കാൻ ഇതിലധികം എന്തുവേണം? വടക്കൻ പറവൂരിൽനിന്ന് എറണാകുളത്തേക്ക് അന്നു ഞാൻ നടത്തിയ യാത്രയുണ്ടല്ലോ, അതുപോലെ മറ്റൊന്ന് എന്റെ ജീവിതത്തിൽ പിന്നീടൊരിക്കലുമുണ്ടായിട്ടില്ല. ഉദ്യോഗസ്ഥർ പറഞ്ഞ വഴിയിലൂടെപോയി രജിസ്ട്രേഷൻ നേടുകയല്ലേ നല്ലത് എന്ന് ആദ്യം തോന്നി. അതിനുള്ള പണമെവിടെ എന്ന ചോദ്യം തൊട്ടു പിന്നാലേ മനസ്സിൽ പൊങ്ങി. എ കെ ജിയെ ഇടപെടുത്തി അവരെ പാഠം പഠിപ്പിക്കുകയല്ലേ ശരി എന്നായി അടുത്ത ചിന്ത. അതും കഴിഞ്ഞു വരുമ്പോഴേക്കും തൃശൂർ കോഫീ ഹൗസും പോയാലോ എന്ന പേടിയായി പിന്നീട്. ഈ വക വികാരങ്ങളിൽപ്പെട്ട് ഞാൻ വിവശനായി.

എറണാകുളത്തിറങ്ങി ഞാൻ കൃഷ്ണപിള്ളയെ തിരക്കിനടന്നു. പക്ഷേ, കണ്ടില്ല. പിന്നെ, ലോറൻസിനെ ചെന്നുകണ്ടു. എല്ലാം പറഞ്ഞുതീർന്നപ്പോൾ ഞാൻ വിങ്ങിപ്പൊട്ടിക്കരഞ്ഞുപോയി. ലോറൻസ് എന്നെ സമാധാനിപ്പിച്ചു. രജിസ്ട്രേഷൻ ശരിയാക്കാമെന്നേറ്റു.

കറുത്ത ഡിസംബർ

ഡിസംബർ തീരുകയായിരുന്നു. ദേശീയ തലത്തിൽ ഞങ്ങളുടെ ചരി

ത്രത്തിൽ കറുത്തമാസം നവംബറായിരുന്നെങ്കിൽ, കേരളത്തിൽ അതു ഡിസംബറായി.

അതിനു പിന്നാലേ, എറണാകുളം കോഫീ ഹൗസ് ഞങ്ങൾക്കു നഷ്ടപ്പെട്ടു. കോഫീ ഹൗസ് നടത്തിയിരുന്ന സ്ഥലത്തിന്റെ ഉടമ ലൂയിസ് സായു തന്നെ ആ കോഫീ ഹൗസ് ഏറ്റെടുത്തു. കേരളത്തിൽ ആദ്യം അടച്ച കോഫീ ഹൗസ് മുതലാളിക്കുകിട്ടി. എ കെ ജിയുടെ നാട്ടിൽ, കോഫീ ബോർഡ് ലേബർ യൂണിയനിലെ ഭൂരിഭാഗം അംഗങ്ങളുടെയും സ്വന്തം മണ്ണിൽ മുതലാളിയുടെ കോഫീ ഹൗസ് തുറക്കുന്നു. കോഫീ ബോർഡിലെ മുരത്ത മൂരാച്ചികളായ ഉദ്യോഗസ്ഥദുഷ്പ്രഭുക്കൾ ആർത്തു ചിരിച്ചു. ചരിത്രത്തിൽ ഇടയ്ക്കിടെ മുഴങ്ങുന്ന ജനശത്രുക്കളുടെ വിജയച്ചിരി. തൊഴിലാളികൾക്കിടയിലെ അവിശ്വാസികൾ 'ഇപ്പോഴെന്തായി' എന്ന ചോദ്യമുയർത്തി. സംഘമുണ്ടാകണമെന്ന അഭിപ്രായക്കാർ മൂകരായി. ഞങ്ങൾ തോറ്റു.

ഞാൻ തകർന്നുതരിപ്പണമായിപ്പോയി. നിയന്ത്രണത്തിന് അപ്പുറത്തായിരുന്നു കാര്യങ്ങൾ. അങ്ങനെയാണ് കേരളത്തിൽ അടച്ച ആദ്യ കോഫീ ഹൗസ് ഞങ്ങൾക്കു നഷ്ടപ്പെട്ടത്. പക്ഷേ, ഞാനത് എന്റെ തോല്വിയായിത്തന്നെയെടുത്തു.

ആ ആഘാതത്തിൽനിന്ന് ഞാൻ വളരെ വേഗം മോചിതനായി. സാധാരണ മനുഷ്യനിൽനിന്ന് ഞാൻ പൊടുന്നനെ കമ്യൂണിസ്റ്റുകാരനും തൊഴിലാളി പ്രവർത്തകനുമായി. സംഘമുണ്ടാക്കാൻ വൈകിയതുകൊണ്ടാണ് എറണാകുളം കോഫീ ഹൗസ് പൊയ്പ്പോയതെന്ന എന്റെ വാദം തൊഴിലാളികളെ തട്ടിയുണർത്തി. സംഘമുണ്ടാകട്ടെ, ഞാൻ പിന്നെച്ചേരാം എന്നു പറഞ്ഞിരുന്നവരുണ്ടല്ലോ, ഇപ്പോൾ ഞെട്ടിയത് അവരാണ്. ഇങ്ങനെ പോയാൽ സംഘമുണ്ടാകില്ലെന്നും കോഫീ ഹൗസുകൾ ഒന്നൊന്നായി പൊയ്പ്പോകുമെന്നും അവർക്കു മനസ്സിലായി. എന്തു വിലകൊടുത്തും സംഘമുണ്ടാക്കണമെന്ന ബോധം പടർന്നു. ഉർവ്വശീ ശാപം ഉപകാരമായി.

കേരളത്തിലെ കോഫീ ഹൗസ് തൊഴിലാളികളുടെ ചരിത്രത്തിലെ കറുത്ത മാസം ഡിസംബർ, കഴിഞ്ഞു. ആ മാസത്തിന്റെ അവസാനം ഒന്നുണ്ടായി. എന്നെ പിരിച്ചുവിട്ടു.

ഡിസംബർ 31 നായിരുന്നു അത്. ഇനിയെനിക്ക് ശമ്പളമില്ലാത്ത അവധി വേണ്ട. മുഴുവൻ സമയവും സംഘത്തിനുവേണ്ടി പ്രവർത്തിക്കാം. ഞാൻ 'സ്വതന്ത്ര'നായിരിക്കുന്നു. എന്നെ കുറ്റപ്പെടുത്താനോ പരിഹസിക്കാനോ ഇനിയാർക്കും കഴിയില്ല!

നിർണ്ണായകതീരുമാനം

എറണാകുളത്തുനിന്ന് എം എം ലോറൻസിന്റെ ഉറപ്പും വാങ്ങി കോട്ടയത്തു വന്നയന്ന് എനിക്ക് സ്വസ്ഥത കിട്ടിയില്ല. ഞങ്ങളുടെ സംഘത്തിന് എറണാകുളത്തു രജിസ്ട്രേഷൻ കിട്ടുമായിരിക്കും. കാരണം, ഏറ്റിരിക്കുന്നത് ലോറൻസാണ്. ലോറൻസ് അന്ന് കമ്യൂണിസ്റ്റ് പാർട്ടിയുടെ മണ്ഡലം

കമ്മിറ്റി സെക്രട്ടറിയാണ്. പില്ക്കാലത്ത് സി പി ഐ (എം) കേന്ദ്ര കമ്മിറ്റിയംഗവും എം പിയും ഇടതുപക്ഷജനാധിപത്യ മുന്നണി സംസ്ഥാന കൺവീനറുമൊക്കെയായ അദ്ദേഹം അന്ന് ഉയർന്നുവരുന്ന ഊർജ്ജസ്വലനായ യുവ കമ്യൂണിസ്റ്റ് നേതാവായിരുന്നു. പക്ഷേ, വൃത്തികെട്ട വ്യവസായ വകുപ്പുദ്യോഗസ്ഥരെ തോല്പിച്ച് ഞങ്ങൾക്ക് ലോറൻസ് നീതി നേടിത്തരുമ്പോഴേക്കും തൃശൂർ കോഫീ ഹൗസും നഷ്ടപ്പെടാനിടയുണ്ട് എന്ന് ഉള്ളിലിരുന്ന് ആരോ പറഞ്ഞുകൊണ്ടിരുന്നു.

തിരുവനന്തപുരത്തുപോയി യൂണിയൻ പ്രസിഡന്റ് ബാലചന്ദ്രമേനോൻ എം എൽ എയെക്കണ്ട് എന്തെങ്കിലും ചെയ്യിക്കണമെന്ന് ഞാൻ നിശ്ചയിച്ചു. ആ തീരുമാനവുമായി നേരെ തിരുവനന്തപുരത്തേക്കുപോയി. അവിടെയെത്തുമ്പോൾ രാത്രിയായിരുന്നു. പതിവുപോലെ കോഫീ ഡിപ്പോയിൽത്തങ്ങി. കൂട്ടുകാരുറങ്ങി. എനിക്ക് ഉറക്കംവന്നില്ല. ഡിപ്പോയുടെ പിന്നിലുള്ള കൂവളമരത്തിന്റെ ചുവട്ടിൽ ഞാൻ ചെന്നിരുന്നു. ഞങ്ങളുടെ പല ചർച്ചകളും കേട്ടുനിന്ന മരമായിരുന്നു അത്. അവിടെയിരുന്ന് ഞാൻ നേരം വെളുപ്പിച്ചു.

പിറ്റേന്ന്, എം എൽ എ ക്വാർട്ടേഴ്സിൽപ്പോയി ബാലചന്ദ്രമേനോനെക്കണ്ടു. എല്ലാക്കാര്യവും വിശദമായിപ്പറഞ്ഞു. തുടർന്ന് ഞങ്ങൾ സഹകരണവകുപ്പു മന്ത്രി കൂടിയായ പ്രൊഫസർ ജോസഫ് മുണ്ടശ്ശേരിയെ കണ്ടു. ആ ചർച്ചയിലാണ് തൃശൂർ കേന്ദ്രമാക്കി സഹകരണവകുപ്പിനുകീഴിൽ സംഘമുണ്ടാക്കാനുള്ള തീരുമാനമുണ്ടായത്.

അതായിരുന്നു ഞങ്ങളുടെ നല്ല തുടക്കം.

തൃശൂരിൽ വിജയം

1958 ജനുവരി 11— കേരളത്തിലെ കോഫീ ഹൗസ് ചരിത്രത്തിലെ നിർണ്ണായകദിവസമാണെന്ന്. അന്നാണ് എറണാകുളത്തെ പരാജയത്തിൽ മനസ്സുനൊന്ത് വ്യവസായവകുപ്പിൽനിന്നു നന്മ പ്രതീക്ഷിക്കേണ്ടെന്ന് യൂണിയൻ സംസ്ഥാനപ്രസിഡന്റ് പി ബാലചന്ദ്രമേനോൻ എം എൽ എയും സംസ്ഥാനസെക്രട്ടറിയായ ഞാനും ചേർന്നു തീരുമാനിച്ചത്. സഹകരണവകുപ്പു മന്ത്രി പ്രൊഫസർ ജോസഫ് മുണ്ടശ്ശേരിയുടെ അഭിപ്രായങ്ങൾ കൂടിച്ചേർന്ന് അതൊരു ആദ്യവസാനപദ്ധതിയായി മാറിയതും അന്നാണ്.

സംഘം തൃശൂരിൽ രജിസ്റ്റർ ചെയ്യാനുള്ള നിർദ്ദേശം മാസ്റ്ററുടേതായിരുന്നു. തൃശൂരിലെത്തി തൃശൂർ കോഫീ ഹൗസിലെ ജോലിക്കാരൻ കെ ആർ മാധവനെയുംകൂട്ടി ഞാൻ അതിനു ശ്രമംതുടങ്ങി.

സംഘം തൃശൂരിൽ രജിസ്റ്റർ ചെയ്യാൻ തീരുമാനിക്കുംവരെ ഞാൻ ഒറ്റയ്ക്കായിരുന്നു. അതിനുശേഷം മാധവൻ എന്റെ വലംകൈയായി. പറവൂർ സ്വദേശിയായ മാധവൻ തൃശൂരിലെ കണിമംഗലത്ത് താമസമാക്കിയതാണ്. ഈ മാധവനാണ് പിന്നീട് 1962 ൽ തൃശൂരിൽ ടൂറിസ്റ്റ് കോഫീ ഹൗസ് സ്ഥാപിച്ചത്. കേരളത്തിലെ ആദ്യത്തെ തൊഴിലാളി കോഫീഹൗ

സായി തൃശൂർ കോഫീ ഹൗസ് തുറന്ന് അഞ്ചുകൊല്ലത്തോളം അതിൽ പണിയെടുത്തശേഷമാണ് മാധവൻ ടൂറിസ്റ്റ് കോഫീ ഹൗസ് നടത്താൻ പോയത്. ഇന്നദ്ദേഹം ഓർമ്മയായിക്കഴിഞ്ഞു.

കമ്യൂണിസ്റ്റ് നേതാവ് ടി കെ കൃഷ്ണൻ എം എൽ എയും എസ് എൻ ഡി പി യോഗം നേതാവും പ്രമുഖ സഹകാരിയുമായ ടി കെ കുഞ്ഞയ്യപ്പൻ മാസ്റ്ററുമായിരുന്നു തൃശൂരിൽ ഞങ്ങളുടെ വഴികാട്ടികൾ. തൃശൂർ കണ്ട ഏറ്റവും നിസ്വാർത്ഥരായ രണ്ടു ജനസേവകരായിരുന്നു അവർ. അവരും ഇന്നു ജീവിച്ചിരിപ്പില്ല.

തൃശൂരിൽ കോഫീ ഹൗസ് തൊഴിലാളികളുടെ യോഗംകൂടി എന്നെ ചീഫ് പ്രമോട്ടറായി തെരഞ്ഞെടുത്തു. ഈ ഘട്ടത്തിൽ ഒരാൾ കൂടി സഹായത്തിനെത്തി. തൃശൂർ ചൂലിശ്ശേരി സ്വദേശി എ കെ വാസു. ബാംഗ്ലൂർ കോഫീ ഹൗസിലായിരുന്നു വാസു, നാട്ടിൽ കോഫീ ഹൗസുണ്ടാക്കാൻ വന്നതാണ്. അതോടെ ഒരാൾകൂടിയായി. തൃശൂരിൽ മാധവൻ എന്റെ വലംകൈയായെങ്കിൽ ഇടംകൈയായതു വാസുവാണ്. ഇന്ന് വാസുവും എന്നോടൊപ്പമില്ല.

ജനുവരി 20 ന് സംഘം രജിസ്ട്രേഷനുള്ള അപേക്ഷകൊടുത്തു. ആദ്യത്തെ 25 അംഗങ്ങളെ തികയ്ക്കാൻ ഞങ്ങൾ നട്ടംതിരിഞ്ഞു. അഞ്ചു തൊഴിലാളികളുടെ ഭാര്യമാരെക്കൂടി അംഗങ്ങളാക്കിയാണ് 25 പേരെ തികച്ചത് – പി ടി മറിയാമ്മ (കിഴക്കുംപാട്ടുകര, തൃശൂർ) എ എം തങ്കം (കണിമംഗലം തൃശൂർ), കെ കാർത്ത്യായനിയമ്മ (വെളപ്പായ, തൃശൂർ) കെ കെ തങ്കം (കണിമംഗലം, തൃശൂർ), കെ എൻ ലളിത (ഇടപ്പള്ളി, എറണാകുളം) ഇവരിൽ പി ടി മറിയാമ്മ എം ജെ ജോണിന്റെ ഭാര്യയാണ്. എ എം തങ്കം മാധവന്റെയും കാർത്ത്യായനിയമ്മ എ കെ വാസുവിന്റെയും കെ കെ തങ്കം ഒ വി വേലായുധന്റെയും ഭാര്യമാരാണ്. ലളിത എന്റെ ഭാര്യയും. ശ്രദ്ധിക്കണം, കേരളത്തിൽ ആദ്യത്തെ തൊഴിലാളി കോഫീ ഹൗസ് തുറക്കാൻ മുന്നിട്ടിറങ്ങുമ്പോൾ പേരെഴുതാൻപോലും ഒരുമിച്ചു നില്ക്കാൻ പിരിച്ചുവിടപ്പെട്ട 25 കോഫീ ഹൗസ് തൊഴിലാളികൾ ഇല്ലായിരുന്നു!

ഞാൻ, മാധവൻ, ജോൺ, വാസു എന്നീ നാലു പേരാണ് അന്ന് ജോലിക്കു തയ്യാറായി ഉണ്ടായിരുന്നവർ. പകരം ജോലിക്കാരായി കോഫീ ഹൗസിലുണ്ടായിരുന്ന താണി, വറീത്, അന്തോണി എന്നിവരെയും സ്ഥാപക അംഗങ്ങളാക്കാൻ കിട്ടി. ബാക്കിയുള്ളവരെ പേരു തികയ്ക്കാൻ എഴുതിച്ചേർക്കുകയായിരുന്നു.

വ്യവസായവകുപ്പിനെവിട്ട് സഹകരണവകുപ്പിലെത്തിയതോടെ എല്ലാം മാറി. പത്തു ദിവസംകൊണ്ട് ഞങ്ങളുടെ അപേക്ഷയിൽ നടപടി മുഴുവനായി. ജനുവരി 30 ന് സംഘത്തിന് അംഗീകാരം തരാനുള്ള ഫയലായി. ഓഫീസ് ചിട്ടകൾ മുഴുവൻ മാറ്റിവച്ചുകൊണ്ട്, ഈ ഫയൽ അപേക്ഷകനായ എന്റെ കൈയിൽത്തന്നെ ഏല്പിക്കാനും തൃശൂരെ സഹകരണവകുപ്പുകാർ തയ്യാറായി. ടി കെ കൃഷ്ണനും ഞാനും കൂടി ഫയലുമായി തിരുവനന്തപുരത്തുപോയി മുഖ്യമന്ത്രി ഇ എം എസ് നമ്പൂതിരിപ്പാ

ടിനെയും മന്ത്രി മുണ്ടശ്ശേരിയെയും കണ്ടു. ഇരുവരും ഉദ്യോഗസ്ഥർക്ക് വേണ്ട നിർദ്ദേശങ്ങൾ ഞങ്ങളുടെ മുന്നിൽവച്ചുതന്നെ നല്കി. മുണ്ടശ്ശേരി യുടെ രീതി ഒന്നുവേറെയാണ്. ഉദ്യോഗസ്ഥരെ വിളിച്ച് എല്ലാക്കാര്യവും അദ്ദേഹം തിരക്കി. അതിനുശേഷം ഒരു തീർപ്പും കല്പിച്ചു: "ഫെബ്രുവരി 10 ന് അവർക്കു രജിസ്ട്രേഷൻ കിട്ടിയിരിക്കണം" അതുതന്നെ സംഭവി ച്ചു. മുണ്ടശ്ശേരി മാസ്റ്റർ അന്നു നിശ്ചയിച്ച തീയതിക്ക്, ഫെബ്രുവരി 10 ന് ഞങ്ങൾക്ക് രജിസ്ട്രേഷൻ കിട്ടി. അന്നത്തെ സഹകരണ സംഘം രജി സ്ട്രാർ പി ശിവരാമപിള്ള (ചെങ്ങന്നൂർ), ഡെപ്യൂട്ടി രജിസ്ട്രാർ ടി വി രംഗസ്വാമി (പാട്ടുരായ്ക്കൽ, തൃശൂർ) എന്നിവർ ഞങ്ങളോടു കാണിച്ച താല്പര്യം ഞാൻ പ്രത്യേകം അനുസ്മരിക്കുന്നു.

ഫെബ്രുവരി 12 ന് സംഘത്തിന്റെ ആദ്യയോഗം കൂടി. ഭാരവാഹി കളായി അഡ്വ. ടി കെ കൃഷ്ണൻ എം എൽ എ (പ്രസിഡന്റ്), എൻ എസ് പരമേശ്വരൻ പിള്ള - ഗ്രന്ഥകാരൻ (സെക്രട്ടറി), കെ ആർ മാധ വൻ, എ കെ വാസു, പി ശേഖരപിള്ള (തിരുവനന്തപുരം), ടി കെ കുഞ്ഞ യ്യപ്പൻ മാസ്റ്റർ, കെ ശങ്കരൻ നായർ (ആറാട്ടുപുഴ) അംഗങ്ങൾ എന്നിവരെ ഭരണ സമിതിയിലേക്ക് തെരഞ്ഞെടുത്തു.

സംഘമുണ്ടാക്കാനുള്ള പ്രവർത്തനം തൃശൂരിലേക്കു മാറ്റിയതോടെ എറണാകുളത്തു സംഘമുണ്ടാക്കാനുള്ള നീക്കം ഉപേക്ഷിച്ചു. അതുകാ ണിച്ച് കടലാസും കൊടുത്തു. അതിന് അടച്ച 500 രൂപ പിന്നീട് ഏറെ ക്കാലം കഴിഞ്ഞാണ് തിരിച്ചുകിട്ടിയത്. അത് തൃശൂർ സംഘത്തിന്റെ കണ ക്കിൽച്ചേർത്തു. അതുവരെ ആ പണം മരവിച്ചു കിടന്നു.

ഒരു വകുപ്പ്— വ്യവസായവകുപ്പ്- ഞങ്ങളെ തോല്പിച്ചു. മറ്റൊരു വകുപ്പ്- സഹകരണവകുപ്പ്- ഞങ്ങളെ തുണച്ചു. രണ്ടും സർക്കാർ വകു പ്പാണ്. രണ്ടിടത്തുമുണ്ട് ഉദ്യോഗസ്ഥർ. പിന്നെ എന്തേ, അവ രണ്ടു തര ത്തിൽ പെരുമാറി. ആദ്യത്തേതിൽ ഞങ്ങൾ ആശ്രയിച്ചത് ഉദ്യോഗസ്ഥ സംവിധാനത്തെത്തന്നെയായിരുന്നു. രണ്ടാമത്തേതിൽ മനുഷ്യസ്നേഹി യായ ഒരു മന്ത്രിയെയും. അതും മുണ്ടശ്ശേരിയെപ്പോലൊരു മന്ത്രി. അതാ യിരിക്കാം വ്യത്യാസത്തിനു കാരണം.

ചരിത്രവിജയം

തൃശൂർ കോഫീ ഹൗസ് - എറണാകുളം കോഫീ ഹൗസിന്റെ നഷ്ട ത്തിനുശേഷം കേരളത്തിൽ തൊഴിലാളികളുടേതായി ആദ്യം തുറക്കാവുന്ന കോഫീ ഹൗസായി പിന്നെയുള്ളത് അതായിരുന്നു. 1958 ജനുവരി 17 ന് ആ കോഫീ ഹൗസ് പൂട്ടും. ലക്ഷ്യം നേടാൻ ആദ്യം വേണ്ടത് ബോർഡിന്റെ അനുമതി തന്നെയായിരുന്നു. പിന്നെ വേണ്ടത് കോഫീ ഹൗസിലെ സാധ നസാമഗ്രികളും. 1957 നവംബറിൽത്തന്നെ യൂണിയൻ സംസ്ഥാന സെക്ര ട്ടറിയെന്ന നിലയ്ക്ക് ഈ ആവശ്യങ്ങൾ ഉന്നയിച്ച് ഞാൻ ബോർഡിനു കത്തുകൊടുത്തിരുന്നു.

ഡിസംബറിൽ ഒരു നല്ല കാര്യവുമുണ്ടായി. ബോർഡിന്റെ കോഫീ ഹൗസുകൾ സംഘങ്ങൾ ഏറ്റെടുക്കുന്നത് എളുപ്പമാക്കുന്ന ഒരുത്തരവ്. സംഘത്തിന്റെ കോഫീ ഹൗസിനെ ബോർഡ് അംഗീകരിക്കുന്നതിന് കെട്ടി വയ്ക്കേണ്ട ജാമ്യത്തുക 300 ൽനിന്ന് 100 രൂപയാക്കി. അടച്ച കോഫീ ഹൗസുകളുടെ സാധനസാമഗ്രികൾ പുസ്തകവിലയ്ക്ക് സംഘം കോഫീ ഹൗസുകൾക്ക് തരാനുള്ള വ്യവസ്ഥകൾ ഉദാരമാക്കി. സാധനസാമഗ്രി കൾ കൈമാറുമ്പോൾ പുസ്തകവിലയുടെ കാൽഭാഗം മാത്രം കൊടു ത്താൽ മതിയെന്നും ബാക്കി തുക 25 തുല്യ മാസഗഡുക്കളായി കൊടു ത്താൽ മതിയെന്നുമായിരുന്നു തീരുമാനം. ഇതു കാണിക്കുന്ന ഉത്തരവ് 1957 ഡിസംബർ ഒന്നിനാണ് ബോർഡ് ഇറക്കിയത്. നാലുമാസംമുമ്പ്, ഞങ്ങൾ നിരാഹാരം കിടന്നു മരിക്കുമെന്നു പ്രഖ്യാപിച്ച യൂണിയൻ സെൻട്രൽ എക്സിക്യൂട്ടീവ് കമ്മിറ്റി യോഗത്തിന്റെ മുഖ്യ ആവശ്യങ്ങളിൽ ബാക്കി നിന്ന ചിലതാണ് ആ ഉത്തരവിലൂടെ അംഗീകരിച്ചത്. ബോർഡു മായി ചർച്ച നടത്താൻ യൂണിയൻ രൂപംകൊടുത്ത ഡെപ്യൂട്ടേഷൻ കമ്മി റ്റിയുടെ വലിയ നേട്ടമായിരുന്നു അത്. ഒപ്പം തന്നെ സമരപരിപാടികൾ തുടർന്നിരുന്ന ആക്ഷൻ കമ്മിറ്റിയുടെയും.

അതനുസരിച്ച് തൃശൂർ കോഫീ ഹൗസിലെ സാധനങ്ങൾ ഞങ്ങൾ ക്കു തരാനുള്ള തീരുമാനം പക്ഷേ, ബോർഡ് കൈക്കൊണ്ടിരുന്നില്ല. ബോർഡിനു നവംബറിൽ കൊടുത്ത കത്തിനു മറുപടികിട്ടാത്തതുകൊ ണ്ട് ഡിസംബറിൽ വീണ്ടും കത്തുകൊടുത്തു. ഒപ്പം യൂണിയൻ കേന്ദ്രനേ തൃത്വവും എ കെ ജിയും പ്രശ്നത്തിൽ ഇടപെടുകയും ചെയ്തു.

തൃശൂർ കോഫീ ഹൗസ് യാഥാർത്ഥ്യമാക്കാൻ വേണ്ട മറ്റൊന്ന് സ്ഥല മായിരുന്നു. ബോർഡിന്റെ കോഫീ ഹൗസ് പ്രവർത്തിച്ചിരുന്നത് പ്രശസ്ത പ്രസാധകരായ മംഗളോദയത്തിന്റെ കെട്ടിടത്തിലായിരുന്നു. ആ സ്ഥലം കിട്ടാൻ ഞങ്ങൾ ഇറങ്ങി. 1958 ലെ പുതുവത്സരദിവസം ഞാനും കെ ആർ മാധവനും കെ എൻ രാമൻ പിള്ളയുംകൂടി മംഗളോദയം ഉടമസ്ഥരിൽ വലിയ സ്വാധീനമുള്ള പ്രൊഫസർ ജോസഫ് മുണ്ടശ്ശേരിയെ ചെന്നുകണ്ടു. അദ്ദേഹം ഞങ്ങളോട് തീർത്തു പറഞ്ഞു “മംഗളോദയം അവിടെ ബുക്ക് സ്റ്റാൾ തുടങ്ങാൻ ഉദ്ദേശിക്കുന്ന കാര്യം എനിക്കു നേരിട്ടറിയാം. അതുകൊണ്ട് എനിക്ക് ഒന്നും ചെയ്യാനില്ല.” തീർത്തും അപ്രതീക്ഷിതമായിരുന്നു അത്. ഞാനും മാധവനും കരഞ്ഞുപോയി. ഞങ്ങളുടെ സങ്കടം കണ്ട മാസ്റ്റർക്കും വിഷമമായി. ആ വലിയ മനുഷ്യൻ ഉടൻതന്നെ മംഗളോദയം മാനേജിങ് ഡയറക്ടർ എ കെ ടി കെ എം വാസുദേവൻ നമ്പൂതിരിപ്പാടിനെ വിളിച്ചു. ഞങ്ങളുടെ മുന്നിൽ വച്ചുതന്നെ ഞങ്ങൾക്കുവേണ്ടി ശുപാർശ ചെയ്തു. ഞങ്ങളുടെ പുതുവർഷം തുടങ്ങിയത് അങ്ങനെയാണ്. അതേമട്ടിൽത്തന്നെ ജനുവരി ഞങ്ങൾക്കൊരു നല്ല മാസമാവുകയും ചെയ്തു.

ഞങ്ങൾ എല്ലാ വഴിയുംതേടി. എ കെ ജി, കെ കെ വാര്യർ, പി ബാല ചന്ദ്രമേനോൻ എന്നീ കമ്യൂണിസ്റ്റ് നേതാക്കൾ ഞങ്ങൾക്കുവേണ്ടി ഇട

പെട്ടു. ഒരാഴ്ച അങ്ങനെ പോയി. തികഞ്ഞ അനിശ്ചിതാവസ്ഥയായിരുന്നു ആ ദിവസങ്ങളിൽ. ഒരാഴ്ചയ്ക്കുശേഷം, ജനുവരി ഏഴിന്, സ്ഥലം ഞങ്ങൾക്കുതന്നെ കിട്ടുമെന്ന് മുണ്ടശ്ശേരി മാസ്റ്റർ എനിക്ക് ഉറപ്പുതന്നു. അപ്പോഴേ ഞങ്ങൾക്കു ശ്വാസം നേരെ വീണുള്ളൂ!

പിന്നെ വേണ്ടിയിരുന്നതു പണമാണ്. പണമെവിടെ? തൃശൂർ കോഫീ ഹൗസിന്റെ സ്ഥലം വാടകയ്ക്കെടുക്കണം. സാമാനങ്ങൾ ഏറ്റെടുക്കണം. കോഫീ ഹൗസ് മാനമായി നടത്തണം. അണ്ടിയോടടുത്തപ്പോൾ മാങ്ങയുടെ പുളി പുറത്തുവന്നു. സംഘം വേണമെന്നും ജോലിപോയാൽ ജോലി വേണമെന്നും പലർക്കുമുണ്ട്. പക്ഷേ, പണം മുടക്കാൻ ഇപ്പോഴും മിക്കവരും ഒരുക്കമല്ല. എറണാകുളം കോഫീ ഹൗസ് ഏറ്റെടുക്കാൻ കഴിയാതെ പോയപ്പോൾ പരന്ന വികാരത്തിന് അല്പായുസ്സേ ഉണ്ടായിരുന്നുള്ളൂ. എല്ലാം ജയിച്ചു എന്നായപ്പോൾ പുതിയ പ്രതിസന്ധി. പണത്തിൽത്തട്ടി എല്ലാം അവസാനിക്കുന്ന സ്ഥിതി ഒരിക്കൽക്കൂടി.

ഞാൻ കോട്ടയം പട്ടണത്തിൽ അലഞ്ഞു - ഒരു ഭ്രാന്തനെപ്പോലെ. പരിചയമുള്ളവരോടൊക്കെ കൈവായ്പ വാങ്ങി. നൂറു രൂപയോളം കിട്ടി - ഒരു കൊല്ലം കോഫീ ഹൗസ് തൊഴിലാളിയായി കോട്ടയത്തു പണിയെടുത്തുണ്ടാക്കിയ ബഹുജനബന്ധത്തിന്റെ വില! പിന്നെ നേരേ വീട്ടിൽപ്പോയി ലളിതയുടെ പണ്ടങ്ങൾ വാങ്ങി. ഇത്തവണ ഒരാൾകൂടി സഹായിക്കാനെത്തി— കോട്ടയം കോഫീ ഹൗസിലെ കോഫീ മേക്കർ നട്ടാശ്ശേരി സ്വദേശി വി കെ രാമകൃഷ്ണപിള്ള. അദ്ദേഹത്തിന്റെ ഭാര്യ ഗൗരിക്കുട്ടിയുടെ കെട്ടുതാലിയൊഴിച്ചുള്ള മുഴുവൻ പണ്ടവും എടുത്തു. എല്ലാം കൂടി 500 രൂപയ്ക്കു പണയം വച്ചു.

അതുമായി ഞാൻ തൃശൂരെത്തി. ജനുവരി 17 ന് തൃശൂർ കോഫീഹൗസ് അടച്ചിരുന്നു. കെ ആർ മാധവനെ പിരിച്ചുവിടുകയും ചെയ്തു. ഞാൻ 18 നാണ് തൃശൂരെത്തിയത്. കോഫീ ഹൗസ് അടച്ചിരിക്കയാണെങ്കിലും കെട്ടിടത്തിൽ മാനേജർ പാലക്കാട് സ്വദേശി രാമൻകുട്ടി നായർ ഉണ്ടായിരുന്നു. കൂടെ മാധവനും. കോഫീ ഹൗസിന്റെ സാധനങ്ങൾ ഞങ്ങൾക്കു തരാനുള്ള ബോർഡിന്റെ ഉത്തരവു വന്ന നല്ല വാർത്തയാണ് അവിടെ എന്നെ വരവേറ്റത്. രണ്ടാഴ്ചമുമ്പ് മുണ്ടശ്ശേരി മാസ്റ്റർക്കു മുന്നിലിരുന്നു വിങ്ങിപ്പൊട്ടിയ ഞാനും മാധവനും ഇതുകേട്ട് പരസ്പരം കെട്ടിപ്പുണർന്നു.

അതൊരു നിസ്സാരനേട്ടമായിരുന്നില്ല. ഉദ്ദേശം മൂന്നു ലക്ഷം രൂപയ്ക്കുള്ള സാധനങ്ങളാണ് ഞങ്ങൾക്ക് 1879 രൂപ 98 പൈസയ്ക്കു കിട്ടുന്നത്. 404 രൂപ 11 പൈസ കൈയോടെ കൊടുക്കണം. ബാക്കി 23 ഗഡുക്കളായി അടച്ചാൽ മതി. പുസ്തകവിലയ്ക്ക് ഈ സാധനങ്ങൾ ഞങ്ങൾക്കു കിട്ടിയത് ഒരു സൗജന്യമായിരുന്നില്ല. ഒന്നരപ്പതിറ്റാണ്ടു കാലം കോഫീ ഹൗസ് തൊഴിലാളികൾ എല്ലുമുറിയേ വേല ചെയ്തതിന്റെ മിച്ചമൂല്യത്തിന്റെ ഒരംശം ഞങ്ങൾക്കു തിരിച്ചുകിട്ടിയതാണ് അത്. എന്തായാലും, ഞങ്ങളുടെ കോഫീ ഹൗസ് യാഥാർത്ഥ്യമാകും എന്നായിരുന്നു ആ ഉത്ത

രവിന്റെ അർത്ഥം.

അന്നുതന്നെ മംഗളോദയത്തിന് 200 രൂപ അഡ്വാൻസ് കൊടുത്ത് കോഫീ ഹൗസ് കെട്ടിടം ഞങ്ങൾ വാടകയ്ക്കെടുത്തു - പണ്ടം പണയം വച്ച് കൈയിലെടുത്തിരുന്ന ആ 500 രൂപ കേരളത്തിലെ ആദ്യത്തെ തൊഴിലാളി കോഫീ ഹൗസിന്റെ ആദിധനമായി.

മൂന്നുദിവസം കൂടിക്കഴിഞ്ഞപ്പോൾ, 1958 ജനുവരി 21 ന് ബാംഗ്ലൂരിൽവച്ച് ബോർഡുമായുള്ള ഫർണീച്ചർ ഹയർ പർച്ചേസ് കരാർ ഞാനും ബോർഡുദ്യോഗസ്ഥനായ എം ആർ പാർത്ഥസാരഥിയും ഒപ്പിട്ടു. തൃശൂർ കോഫീ ഹൗസിലെ ഫർണീച്ചറും അടുക്കളയുപകരണങ്ങളുമൊക്കെ ബോർഡിൽനിന്നു വാങ്ങുന്ന കരാറായിരുന്നു അത്.

അങ്ങനെ, 1958 ജനുവരി ഞങ്ങൾക്ക് നല്ല മാസമായി.

കേരളത്തിൽ ഞങ്ങൾ ഈ നേട്ടം കൈവരിക്കുമ്പോൾ അങ്ങു ദൂരെ ബാംഗ്ലൂരിൽ, ബോർഡിന്റെ തിരുമുറ്റത്ത്, ഇന്ത്യയിലെ രണ്ടാമത്തെ തൊഴിലാളി കോഫീ ഹൗസ് തുറന്നിരുന്നു. ജനുവരി 17 നായിരുന്നു അത്.

1958 മാർച്ച് 8 ന് രാവിലെ ഏഴുമണിക്ക് തൃശൂർ കോഫീ ഹൗസ് എ കെ ജി ഉദ്ഘാടനംചെയ്തു. എന്റെ എളിയ ജീവിതത്തിലെ ഏറ്റവും വലിയ സന്തോഷദിവസമായിരുന്നു അത്. കേരളത്തിലെ ട്രേഡ് യൂണിയൻ ചരിത്രത്തിൽ തങ്കലിപികളിൽ എഴുതേണ്ട നേട്ടമാണത്. യാതനയ്ക്കും വേദനയ്ക്കുമൊടുവിലെത്തിയ നേട്ടം. അഞ്ചുമാസം ഒഴുക്കിയ വിയർപ്പിന്റെ, കുടിച്ച കണ്ണീരിന്റെ, ആവിയാക്കിയ ചോരയുടെ, തിന്ന തീയിന്റെ, ഉണ്ട ആശങ്കയുടെ, കണ്ട പേക്കിനാവുകളുടെ ഒക്കെ വില.

എറണാകുളത്തു നടക്കാത്തത് തൃശൂരു നടന്നു. എറണാകുളത്തില്ലാത്ത പലതും ഞങ്ങളെ തൃശൂരിൽ തുണച്ചതിന്റെ ഫലം. ബോർഡിന്റെ മനംമാറ്റത്തിൽ തുടങ്ങുന്നു അത്. പിന്നെ, വ്യവസായവകുപ്പുദ്യോഗസ്ഥർക്കു പകരം മുണ്ടശ്ശേരി. ലൂയിസ് സായുവിനു പകരം എ കെ ടി കെ എം വാസുദേവൻ നമ്പൂതിരിപ്പാട്. അതിനൊപ്പം, അനുഭവങ്ങളിലൂടെ മാറിയ കോഫീ ഹൗസ് ജീവനക്കാരും കൂടിയായപ്പോൾ തൃശൂർ കോഫീ ഹൗസ് ഞങ്ങൾക്കു കിട്ടി.

അത്ഭുതം താനേ ഉണ്ടാകില്ല; എല്ലാം ഒത്തുചേരുമ്പോൾ സംഭവിക്കുകയേയുള്ളൂ.

ഒരിക്കൽപ്പോലും ഞങ്ങളെ ചതിക്കാതിരുന്ന തൃശൂർ കോഫീ ഹൗസിൽനിന്നുതന്നെ ഞങ്ങൾക്കു തുടങ്ങാൻ കഴിഞ്ഞത് എന്തുകൊണ്ടും നന്നായി എന്നു കാലം തെളിയിച്ചു. ആലപ്പുഴക്കാരനായ ഞാൻ അങ്ങനെ തൃശൂർക്കാരനായി മാറുകയും ചെയ്തു. ഇന്നും തൃശൂർ സ്വരാജ് റൗണ്ടിൽ ആ കോഫീ ഹൗസുണ്ട്. കേരളത്തിലെ ആദ്യത്തെ തൊഴിലാളി കോഫീ ഹൗസ്.

മലബാർ സംഘം ജനിക്കുന്നു

തൃശൂരിൽ സംഘമുണ്ടാക്കിയതിനു പിന്നാലേ ഞങ്ങളുടെ ശ്രദ്ധ മല

ബാറിൽ കോഫീ ഹൗസ് തുടങ്ങാൻ സംഘമുണ്ടാക്കുന്നതിലായി. തൃശൂർ സംഘമുണ്ടായി അഞ്ചുമാസം കഴിഞ്ഞാണ് മലബാർ സംഘം യാഥാർത്ഥ്യമായത്.

തൃശൂർ കോഫീ ഹൗസ് തുറന്നതിനുപിന്നാലേ മലബാർ സംഘത്തിന്റെ പ്രാരംഭജോലികൾ തുടങ്ങിയിരുന്നു. അതിനായി 25 പേരുടെ ഒപ്പു സംഘടിപ്പിച്ച് താല്ക്കാലിക കമ്മിറ്റിയുണ്ടാക്കി അപേക്ഷ കൊടുത്തു. അഡ്വക്കേറ്റ് ടി കെ കൃഷ്ണൻ എം എൽ എ (പ്രസിഡന്റ്), എൻ എസ് പരമേശ്വരൻ പിള്ള - ഗ്രന്ഥകാരൻ (സെക്രട്ടറി), ബി ശ്രീധരൻ നായർ (അസിസ്റ്റന്റ് സെക്രട്ടറി), എം ഉണ്ണി നായർ, സി മാണിക്യൻ നായർ (കമ്മിറ്റിയംഗങ്ങൾ) എന്നിവരായിരുന്നു താല്ക്കാലിക കമ്മിറ്റിയിലുണ്ടായിരുന്നത്.

ജൂൺ മാസത്തിൽ ഞങ്ങളുടെ യൂണിയന്റെ സ്ഥാപകനേതാവായ ടി പി രാഘവനെ കോഫീ ബോർഡ് പിരിച്ചുവിട്ടു. അതോടെ മലബാർ സംഘത്തെ നയിക്കാൻ യൂണിയൻ സെൻട്രൽ ഓർഗനൈസിങ് കമ്മിറ്റി അദ്ദേഹത്തെ നിയോഗിച്ചു. അദ്ദേഹം എത്തി മലബാർ സംഘത്തിന്റെ പ്രവർത്തനം ഏറ്റെടുത്തു. പിന്നീട് അദ്ദേഹമാണ് ആ സംഘത്തെ നയിച്ചതും വളർത്തിയതും.

1957 ജൂലൈ ഏഴിന് പാലക്കാട് കേന്ദ്രമായി രജിസ്ട്രേഷൻ കിട്ടി. 4317 ആയിരുന്നു രജിസ്റ്റർ നമ്പർ. അഡ്വക്കേറ്റ് എ വി കുഞ്ഞികൃഷ്ണൻ നായർ (പ്രസിഡന്റ്), ടി പി രാഘവൻ (സെക്രട്ടരി), അഡ്വക്കേറ്റ് ടി കെ കൃഷ്ണൻ എം എൽ എ, എൻ എസ് പരമേശ്വരൻ പിള്ള - ഗ്രന്ഥകാരൻ, എൻ കുമാരൻ, സി മാണിക്യൻ നായർ, എം കേളു (കമ്മിറ്റിയംഗങ്ങൾ) എന്നിവരെ ഉൾപ്പെടുത്തി കമ്മിറ്റിയുണ്ടാക്കിയാണ് പ്രവർത്തനം തുടങ്ങിയത്. ഇവരിൽ അഡ്വക്കേറ്റ് കുഞ്ഞുകൃഷ്ണൻ നായർ തലശ്ശേരി മുനിസിപ്പൽ ചെയർമാനായിരുന്നു.

സംഘത്തിന്റെ ആദ്യ കോഫീ ഹൗസ് 1958 ആഗസ്ത് ഏഴിന് തലശ്ശേരിയിൽ തുറന്നു. സംഘത്തിന്റെ ആസ്ഥാനം അതോടെ പാലക്കാട്ടു നിന്ന് തലശ്ശേരിക്കുമാറി. ഇപ്പോൾ കണ്ണൂർ ആസ്ഥാനമാക്കിയാണ് ആ സംഘം പ്രവർത്തിക്കുന്നത്. ഞാൻ 1960 വരെ കമ്മിറ്റിയിൽ തുടർന്നു. 1971 വരെ സംഘത്തിൽ അംഗവുമായിരുന്നു.

കേരളത്തിൽ രണ്ടു സംഘങ്ങളുണ്ടായിട്ടും അവയുടെ കോഫീ ഹൗസുകൾ യാഥാർത്ഥ്യമായിട്ടും ഞങ്ങളുടെ ഇരുണ്ട ദിവസങ്ങൾ കഴിഞ്ഞിരുന്നില്ല. പങ്കപ്പാടുകൾ ഞങ്ങൾക്കു പിറകേയുണ്ടായിരുന്നു. ഞങ്ങൾ വിശ്വാസം കൊണ്ടുമാത്രം ജീവിച്ച ആ ദിവസങ്ങളിലേക്കാണ് കഥ ഇനി നീങ്ങുന്നത്.

6

ഞങ്ങൾ ജീവിതത്തിലേക്ക്

ദേശീയതലത്തിൽ യൂണിയൻകുറിച്ച ലക്ഷ്യമുണ്ടല്ലോ - രാജ്യത്താകെ 11 സംഘം എന്നത് - അതു നേടിയത് വളരെപ്പതുക്കെയാണ്. 15 മാസം വേണ്ടിവന്നു അതിന്.

ബാംഗ്ലൂരിൽ ഇന്ത്യയിലെ ആദ്യത്തെ കോഫീ ബോർഡ് തൊഴിലാളി സഹകരണസംഘം 1957 ആഗസ്ത് 17 ന് ഉണ്ടായി. അതോടെ ആ കഥ തുടങ്ങുന്നു. അഞ്ചുമാസം കഴിഞ്ഞ് ജനുവരി 17 നാണ് ബാംഗ്ലൂർ കോഫീ ഹൗസ് തുറന്നത്. അതിനും മൂന്നു മാസം മുമ്പ് ഒക്ടോബർ 27 ന് ദില്ലിയിൽ കോഫീഹൗസ് തുറന്നിരുന്നു. കോഫീ ഹൗസ് അടയ്ക്കാൻ തീരുമാനിച്ച ഭരണാധികാരികളുടെ കൺമുന്നിൽ തുറന്ന ഇന്ത്യയിലെ ആദ്യത്തെ തൊഴിലാളി കോഫീ ഹൗസ്, ദില്ലി കോൺഗ്രസ് കമ്മിറ്റി അദ്ധ്യക്ഷയും എം പിയും സഹകാരിയുമായിരുന്ന സുഭദ്രാ ജോഷിയുടെ കൈകൊണ്ടാണ് ഇന്ത്യയിലെ ആദ്യത്തെ കോഫീഹൗസ് തുറന്നത്. കോൺഗ്രസ് നശിപ്പിച്ച ഒരു സ്ഥാപനത്തിന്റെ ചിതാഭസ്മത്തിൽനിന്നുയരുന്ന പ്രസ്ഥാനത്തെ തുണയ്ക്കാൻ കോൺഗ്രസിൽ നിന്നുതന്നെ ഒരു കൈയുയർന്നു!

രാജ്യത്ത് കോഫീ ബോർഡ് തൊഴിലാളി സഹകരണ സംഘങ്ങൾ നിലവിൽ വന്ന തീയതികൾ ഇങ്ങനെയാണ്; 1. ബാംഗ്ലൂർ - 1957 ആഗസ്ത് 19, 2. ദില്ലി- 1957 ഒക്ടോബർ 29, 3. പോണ്ടിച്ചേരി - 1958 ജനുവരി 31. 4. തൃശൂർ - 1958 ഫെബ്രുവരി 10, 5. ലഖ്നൗ - 1958 ഫെബ്രുവരി 10, 6. നാഗ്പൂർ - 1958 ഫെബ്രുവരി 19, 7. ജബൽപൂർ - 1958 ഏപ്രിൽ 11, 8. മുംബൈ - 1958 ജൂലൈ 3, 9. തലശ്ശേരി - 1958 ജൂലൈ 8, 10. കൊൽക്കത്ത 1958 സെപ്തംബർ 13. 11. പൂന 1958 ഒക്ടോബർ 14.

പിന്നീട് നാഗ്പൂർ സൊസൈറ്റിയുടെ ബെല്ലാരി ശാഖ മറ്റൊരു സംഘമായി മാറി. ചില നിയമതടസ്സങ്ങൾമൂലം. 1965 ആഗസ്ത് 25 ന് മദിരാശിയിലും ഒരു സംഘം രൂപംകൊണ്ടു.

ആദ്യത്തെ പ്രസിഡന്റുമാർ താഴെ പറയുന്നവരാണ്. 1. ദില്ലി - വി രാമൻ നായർ, 2. ബാംഗ്ലൂർ - അഡ്വക്കേറ്റ് കെ സുബ്ബറാവു 3. പോണ്ടിച്ചേരി - കെ ഗോവിന്ദരാജു നായ്ക്കർ എം എൽ എ 4. തൃശൂർ— അഡ്വക്കേറ്റ് ടി കെ കൃഷ്ണൻ എം എൽ എ, 5. നാഗ്പൂർ - എൻ ജെ അയ്യർ, 6. ജബൽപൂർ - അഡ്വക്കേറ്റ് എൽ എൻ മൽഹോത്ര, 7. പൂന - ബി പി നത്തോജി, 8. മുംബൈ - കെ ജി പണിക്കർ, 9. പാലക്കാട് - ടി കെ കൃഷ്ണൻ (സംഘം പ്രവർത്തനം തുടങ്ങിയതിനുശേഷം അഡ്വക്കേറ്റ് എ വി കുഞ്ഞുകൃഷ്ണൻ നായർ), 10. ലഖ്നൗ - കമാലുദ്ദീൻ, 11. കൊല്ക്കത്ത - എം എ ജാഫർ, 12. ബെല്ലാറി - എ എസ് മലേബന്നൂർ, 13. മദിരാശി - സി രാജൻ

ഇവരിൽ രാമൻ നായർ, പണിക്കർ, കമാലുദ്ദീൻ, ജാഫർ എന്നിവർ കോഫീ ബോർഡ് തൊഴിലാളികളായിരുന്നു. മറ്റുള്ളവർ പൊതുപ്രവർത്തകരും.

ആദ്യത്തെ സെക്രട്ടറിമാർ ഇവരായിരുന്നു. ദില്ലി: പി എൻ എസ് പിള്ള (ആലുവ), പോണ്ടിച്ചേരി - എം ഗോപിനാഥൻ നായർ (തിരുവനന്തപുരം), തൃശൂർ - എൻ എസ് പരമേശ്വരൻ പിള്ള (ഗ്രന്ഥകാരൻ), ജബൽപൂർ - സി കെ സുബ്രഹ്മണ്യൻ (ഇരിങ്ങാലക്കുട), പൂന - കെ എം മൊയ്തീൻ (ആലുവ), കൊല്ക്കത്ത - പി യു കുഞ്ഞിക്കണ്ണൻ (കണ്ണൂർ), നാഗ്പൂർ - ടി കെ ഗോപാലക്കുറുപ്പ് (കോഴിക്കോട്), പാലക്കാട് - എൻ എസ് പരമേശ്വരൻ പിള്ള (ഗ്രന്ഥകാരൻ) സംഘം പ്രവർത്തനം തുടങ്ങിയതു മുതൽ ടി പി രാഘവൻ (കോഴിക്കോട്), ലഖ്നൗ - എ നാരായണൻ നായർ (തിരൂർ), മുംബൈ - കെ എം മാത്തൻ (കോട്ടയം), ബാംഗ്ലൂർ - പി സുബ്ബയ്യ (തൂത്തുക്കുടി), ബെല്ലാറി - ടി ശിവശങ്കരമേനോൻ (പാലക്കാട്), മദിരാശി - കെ ശങ്കരൻ നായർ (ആലപ്പുഴ).

സെക്രട്ടറിമാരിൽ സുബ്ബയ്യ ഒഴികെയുള്ളവരെല്ലാം മലയാളികളാണ്. എല്ലാവരും കോഫീ ബോർഡിൽനിന്നു പിരിച്ചുവിടപ്പെട്ട നാലാംതരം തൊഴിലാളികളാണ്. മദിരാശി സംഘത്തിന്റെ സെക്രട്ടറിയായ ശങ്കരൻ നായരുടെ യഥാർത്ഥപേര് കെ പി വാസവൻ എന്നാണ്. പുന്നപ്ര വയലാർ കേസിലെ പ്രതിയായിരുന്ന അദ്ദേഹത്തിന്റെ ഒളിവുകാലജീവിതത്തിലെ പേരായിരുന്നു ശങ്കരൻ നായർ എന്നത്. ഒളിവു ജീവിത കാലത്ത് ഞങ്ങളുടെ യൂണിയൻ ഓഫീസ് സെക്രട്ടറിയായി അദ്ദേഹത്തെ എ കെ ജി കൊണ്ടുവരികയായിരുന്നു.

മുകളിൽ പേരു പറഞ്ഞവരും പിന്നെ എ കെ ജിയും അവരുടെ പിന്നിൽ യൂണിയന്റെ കൊടിക്കുകീഴിൽ അണിനിരന്ന ആയിരത്തോളം തൊഴിലാളികളും— ഈ സംഘമാണ് ഇന്ത്യയിൽ തൊഴിലാളി കോഫീ ഹൗസുകൾ ഉണ്ടാക്കിയതും വിജയിപ്പിച്ചതും.

തെരുവിൽനിന്ന് 400 ഓളം തൊഴിലാളികളെ വീണ്ടെടുത്തുകൊണ്ടാണ് ആ സാഹസിക ദൗത്യം തുടങ്ങിയത്. പിന്നെയായിരുന്നു യാതനയുടെയും വേദനയുടെയും കാലം.

കോഫീ ഹൗസുകൾക്ക് പുതിയ മുഖം

ഏതു കച്ചവടത്തിനും തുടക്കത്തിൽ കഷ്ടപ്പാടായിരിക്കും. അതു മുറിച്ചു കടക്കാൻ കച്ചവടക്കാർക്ക് വഴിയുണ്ട്. ആ വഴി പോയിരുന്നെങ്കിൽ ഞങ്ങൾ ചെയ്യേണ്ടത് ഇതായിരുന്നു— ഏറ്റവും പ്രധാന അസംസ്കൃത വസ്തുവായ കാപ്പി, വ്യവസ്ഥാപിതവിപണിയിൽനിന്നു വാങ്ങാതിരിക്കുക. അതിന് കള്ളക്കടത്തുകാരെയും കള്ളക്കച്ചവടക്കാരെയും ആശ്രയിക്കുക. കാപ്പിക്കർഷകരെ പറ്റിക്കുന്ന വട്ടിപ്പണക്കാരുടെ തുണ തേടുക. വേണ്ട മറ്റു സാധനങ്ങൾ കള്ളച്ചന്തയിൽനിന്നു വാങ്ങുക. ഗുണം കുറഞ്ഞ പച്ചക്കറിയും പലവ്യഞ്ജനങ്ങളും വാങ്ങുക. പലഹാരങ്ങളിൽ മായം കലർത്തുക. എല്ലാത്തിനും ഇരട്ടക്കണക്കു വയ്ക്കുക. നികുതി വെട്ടിക്കുക.

പക്ഷേ, ഞങ്ങൾ കച്ചവടക്കാരായിരുന്നില്ല. അതുകൊണ്ടുതന്നെ ഞങ്ങൾക്കു വേറെ വഴി കണ്ടെത്തേണ്ടിയിരുന്നു.

സംഘങ്ങൾ തുടങ്ങി, തിരക്കൊടുങ്ങിയതിനു പിന്നാലേ, ഞങ്ങൾ ചെയ്തത് അതാണ്. 1959 ജനുവരി 25 നായിരുന്നു അത്. സംഘം പ്രതിനിധികളുടെ ഒരുയോഗം കോഴിക്കോട്ടു കൂടി. സംഘത്തിന്റെ സാമ്പത്തികഭദ്രത നോക്കി മാത്രമേ വേതനം നിശ്ചയിക്കാവൂ എന്ന തീരുമാനം യോഗത്തിലുണ്ടായി. കോഫീ ഹൗസിനെ ജനകീയമാക്കാനും തീരുമാനിച്ചു.

അങ്ങനെയാണ് ഇന്ത്യയിലെ കോഫീ ഹൗസുകളുടെ വി ഐ പി പദവി മാറിയത്. അതുവരെ കോഫീ ഹൗസുകളിൽ ബ്രിട്ടീഷ് ഭരണകാലത്തെ കൊളോണിയൽ ഭക്ഷണരീതിയായിരുന്നു. ഹോട്ട് കോഫി, കോൾഡ് കോഫി, കോൾഡ് കോഫി വിത്ത് ക്രീം, കോഫീ ഐസ്ക്രീം, എഗ് ഓംലെറ്റ്, മട്ടൻ ഓംലെറ്റ്, ഫ്രൈഡ് എഗ്സ്, സ്ക്രാംബ്ൾഡ് എഗ്സ്, പോച്ച്ഡ് എഗ്സ്, ബ്രഡ് ആന്റ് ബട്ടർ, ബ്രഡ് ആന്റ് ജാം, ബ്രഡ് ടോസ്റ്റ്, എഗ് സാൻഡ്‌വിച്ച്, മട്ടൻ സാൻഡ്‌വിച്ച്, പ്രോൺസ് സാൻഡ്‌വിച്ച്, ചീസ് സാൻഡ്‌വിച്ച്, ടുമാറ്റോ സാൻഡ്‌വിച്ച്, കുക്കുംബർ സാൻഡ്‌വിച്ച്, ഫിഷ് സാൻഡ്‌വിച്ച്, കാഷ്യൂനട്ട്സ്, ടീ കേക്ക്, ആപ്പിൾ കേക്ക്, പ്ലം കേക്ക്, വെജിറ്റബിൾ കട്‌ലറ്റ്, മട്ടൻ കട്‌ലറ്റ്, പൊട്ടറ്റൊ ചിപ്സ്, ഫിംഗർ ചിപ്സ്, ഫ്രൂട്ട് സാലഡ്, മട്ടൻ സൂപ്പ് തുടങ്ങിയവ മാത്രമായിരുന്നു അതുവരെയുള്ള കോഫീ ഹൗസ് പലഹാരങ്ങൾ. കോഴിക്കോട് യോഗത്തിന്റെ തീരുമാനമനുസരിച്ചാണ് നാടൻ ഭക്ഷണ സാധനങ്ങൾ കോഫീ ഹൗസുകളിൽ വന്നത്. മസാല ദോശ, ഗീ ദോശ, ചപ്പാത്തി, ബൂരി മസാല, ഇഡ്ഡലി, ഉഴുന്നുവട, ഏത്തപ്പഴം, പഴം പൊരി, പഴം പുഴുങ്ങിയത് തുടങ്ങിയ പലഹാരങ്ങളും അതോടെ കോഫീ ഹൗസിൽ കിട്ടുമെന്നായി.

ബോർഡിന്റെ കാലത്ത് കോഫീ ഹൗസുകളുടെ പേര് ഇന്ത്യാ കോഫീ ഹൗസ് എന്നായിരുന്നു. ഞങ്ങളത് ഇന്ത്യൻ കോഫീ ഹൗസ് എന്നാക്കി. അതിന്റെ അക്ഷരവടിവു നിശ്ചയിച്ചതും ഈ യോഗമാണ്. ഇപ്പോഴും ഇന്ത്യൻ കോഫീ ഹൗസുകളുടെ ബോർഡുകൾ ആ അക്ഷരവടിവിലാണ്.

എന്തുകൊണ്ട് ജനങ്ങളിലേക്ക്

ഇത് പുതിയ കുറെയിനങ്ങൾ വില്ക്കാനും പേരൊന്നു പുതുക്കാനും വേണ്ടി എടുത്ത തീരുമാനമല്ല. ആ യോഗത്തിൽ പങ്കെടുത്ത ഒരാളെന്ന നിലയ്ക്ക് എനിക്കത് ഉറപ്പിച്ചു പറയാൻ കഴിയും. എ കെ ജിയുടെ സാന്നിദ്ധ്യത്തിലെടുത്ത, പ്രതീകാത്മകമായ ഒരു തീരുമാനമായിരുന്നു അത്. തൊഴിലാളി കോഫീ ഹൗസുകൾ ആരെ ആശ്രയിച്ചു മുന്നോട്ടുപോകണമെന്ന നിശ്ചയമാണ് ആ തീരുമാനത്തിൽ കണ്ടത്. സ്വതന്ത്ര ഇന്ത്യയിൽ ഉയർന്നുവരുന്ന പുതിയ കുബേരവർഗ്ഗത്തെ ആശ്രയിച്ച് കുലീന ഹോട്ടലുകളായിത്തന്നെ ഞങ്ങൾക്കു നിലനില്ക്കാമായിരുന്നു. അതിനു പകരം ജനങ്ങളിലേക്ക് ഇറങ്ങിച്ചെല്ലാനുള്ള ഒരു രാഷ്ട്രീയ തീരുമാനമാണ് ഞങ്ങളെടുത്തത്.

വായനക്കാർ ഓർക്കുന്നുണ്ടാവുമല്ലോ, പതിനെട്ടാം നൂറ്റാണ്ടിൽ ഇന്ത്യയിൽത്തുടങ്ങിയ കോഫീ ഹൗസിന്റെ പാരമ്പര്യമെന്തായിരുന്നുവെന്ന്. വിദേശികളുടെ വിനോദവേദികളായിരുന്നു കോഫീ ഹൗസുകൾ. ബോർഡിന്റെ കോഫീ ഹൗസുകളും ആ പാരമ്പര്യമാണ് പിന്തുടർന്നത്. വെള്ളക്കാർക്ക് മദ്യപാനവും നിശാനൃത്തവും അനുവദിച്ചിരുന്ന ഒരു കാലവും പാരമ്പര്യവും കോഫീ ഹൗസിനുണ്ടായിരുന്നു. കൊച്ചി തുറമുഖത്തു കപ്പൽ വരുമ്പോൾ എറണാകുളം കോഫീ ഹൗസിലെ രാത്രികൾ ഞങ്ങൾ വിദേശികൾക്കായി നീക്കിവച്ചിരുന്നു. വേണമെങ്കിൽ ആ സംസ്കാരത്തിന്റെ തുടർച്ച ഞങ്ങൾക്കു നിലനിർത്താമായിരുന്നു. അതു ചെയ്തെങ്കിൽ ഞങ്ങളുടെ സമ്പത്തും പദവിയുമൊക്കെ ഇന്ദ്രജാലം കൊണ്ടെന്നപോലെ കുതിച്ചുയർന്നേനെ. പക്ഷേ, അതൊക്കെ മനഃപൂർവ്വം വേണ്ടെന്നുവയ്ക്കുകയായിരുന്നു ഞങ്ങൾ. ബോർഡിന്റെ കാലത്തെ കോഫീ ഹൗസിന്റെ പൈതൃകം തുടരുമ്പോൾത്തന്നെ, അതു പുതുക്കുകയായിരുന്നു ഞങ്ങൾ. കമ്യൂണിസ്റ്റ് ഭാഷയിൽപ്പറഞ്ഞാൽ ഇന്ത്യാ കോഫീ ഹൗസുകളുടെ 'നിഷേധ'മായിരുന്നു ഇന്ത്യൻ കോഫീ ഹൗസുകൾ. ഇന്ത്യൻ കോഫീ ഹൗസ് എന്ന പുതുക്കിയ പേരിന്റെ പൊരുളും അതായിരുന്നു.

പുരോഗതിക്കൊപ്പം

കോഫീ ഹൗസ് നടത്തിപ്പിൽ ഞങ്ങൾ കൊണ്ടുവന്ന മാറ്റംകൊണ്ട് ഉണ്ടായതെന്താണെന്നോ: ഒരുകാലത്ത് പണക്കാരുടെ താവളമായിരുന്ന കോഫീ ഹൗസുകൾ ഇടത്തരക്കാർക്കായി തുറക്കപ്പെട്ടു. ഭരിക്കാൻ ജനിച്ച ഐ എ എസ്സുകാർ നഷ്ടത്തിലെത്തിച്ച കോഫീ ഹൗസുകൾ ലാഭത്തിലാക്കാൻ ഞങ്ങൾ കണ്ടെത്തിയ പുത്തൻ വ്യാപാരമന്ത്രം അതായിരുന്നു- ജനകീയത. അത് വിജയിക്കുകയും ചെയ്തു.

ആ തീരുമാനംകൊണ്ട് മറ്റൊന്നുകൂടിയുണ്ടായി. സ്വതന്ത്ര ഇന്ത്യയിൽ എല്ലാ മേഖലയിലും ഉയർന്നുവന്ന പുത്തൻ നേതൃത്വത്തിന്റെ സംഗമവേ

ദികളായി കോഫീ ഹൗസുകൾ മാറി. ചിന്തിക്കുന്ന, ആളുകളുമായി ഇടപഴകുന്ന, ഇടത്തരക്കാരുടെ ചർച്ചാവേദിയായി കോഫീ ഹൗസുകൾ. കോളേജുകുട്ടികളുടെ ഏറ്റവും പ്രിയപ്പെട്ട താവളങ്ങൾ എന്നും കോഫീ ഹൗസുകളായിരുന്നു. സ്വന്തം ഓഫീസും സംവിധാനവുമില്ലാത്ത ചെറിയ കച്ചവട സംരംഭങ്ങളുടെ അപ്രഖ്യാപിത ഓഫീസുകളായി കോഫീ ഹൗസുകൾ. പുതിയ ചിന്തയും പുതിയ ജീവിതദർശനവും പരത്തിയ പലതും ജനിച്ചത് കോഫീ ഹൗസുകളിലാണ്. കോഫീ ഹൗസുകളിൽ ജനിച്ച സംഘടനകളുണ്ട്, സ്ഥാപനങ്ങളുണ്ട്. പുസ്തകങ്ങളും നാടകങ്ങളും സിനിമകളുമുണ്ട്.

അടിയന്തരാവസ്ഥക്കാലത്ത് *ഇരുപതാം നൂറ്റാണ്ട്* എന്ന കഥാപ്രസംഗത്തിലൂടെ ഒരു പ്രസ്ഥാനമായിമാറിയ വി സാംബശിവനെ പൊലീസ് പിടികൂടിയത് തിരുവനന്തപുരം മെഡിക്കൽ കോളേജിനടുത്തുണ്ടായിരുന്ന കോഫീ ഹൗസിൽ നിന്നാണ്. അടിയന്തരാവസ്ഥക്കാലത്തുതന്നെ സഞ്ജയ് ഗാന്ധിയുടെ കുപ്രസിദ്ധമായ ഇടിച്ചുനിരത്തലിന് ദില്ലിയിലെ കോണോട്ട് പ്ലേസിലെ കോഫീ ഹൗസ് ഇരയായിട്ടുപോലുമുണ്ട്. ദില്ലിയിലെ സ്വതന്ത്രചിന്തകരുടെ സംഗമവേദിയാണ് ആ കോഫീ ഹൗസ് എന്നതാണത്രേ അന്ന് ഇന്ത്യൻ രാഷ്ട്രീയത്തിലെ 'ധൂർത്തപുത്ര'നായിരുന്ന സഞ്ജയിനെ പ്രകോപിപ്പിച്ചത്. ആ കോഫീ ഹൗസ് ഇടിച്ചുനിരത്തിയ വാർത്ത ഒരു ഇടിത്തീ പോലെയാണ് ഞങ്ങൾ അന്നു കേട്ടത്. പക്ഷേ, അടിയന്തരാവസ്ഥയുടെ അധിപന്മാരുടെ പേടിസ്വപ്നമായി രാജ്യതലസ്ഥാനത്തെ കോഫീ ഹൗസ് മാറിയെന്നത് ഞങ്ങളെ പുളകംകൊള്ളിക്കുകയും ചെയ്തു.

അങ്ങനെ അറുപതുകളിലും എഴുപതുകളിലും എൺപതുകളിലും വരെ കോഫീ ഹൗസുകൾ നാടിനെ മുന്നോട്ടു നയിക്കുന്ന ചിന്താഗതികളുടെ ആസ്ഥാനമായിരുന്നു. ഉദാരവല്ക്കരണത്തിന്റെ തുടക്കത്തോടെ ഒരു സാംസ്കാരികമാറ്റമുണ്ടായപ്പോഴാണ് ആ സ്ഥിതി മാറിയത്. ഇപ്പോഴത്തെ നേതൃത്വത്തിന്റെ സംഗമവേദികൾ കോഫീ ഹൗസുകളല്ല!

ഒരു കാര്യംകൂടിപ്പറയാനുണ്ട് എനിക്ക്: ഞങ്ങൾ വേണ്ടെന്നുവച്ച പലതുമാണ് ടൂറിസത്തിലും റെസ്റ്റോറന്റ് വ്യവസായത്തിലും തിരിച്ചു വരുന്നത്. ഞങ്ങളുടെ തലമുറ അടിമകളായി ജനിച്ചു, അടിമകളായി വളർന്നു. സ്വാതന്ത്ര്യം പൊരുതിനേടി. ഇന്നത്തെ തലമുറ സ്വാതന്ത്ര്യത്തിൽ ജനിച്ചു, സ്വതന്ത്രരായി വളർന്നു, സ്വാതന്ത്ര്യം പിറവിയിലേ നേടി. ഞങ്ങൾ സ്വാതന്ത്ര്യമാഘോഷിക്കാൻ അടിമത്തകാലത്തെ പഴയ രീതികൾ ഉപേക്ഷിച്ചു. പുതിയ തലമുറ ജീവിതമാഘോഷിക്കാൻ അടിമത്തത്തിന്റെ പുതിയ രീതികൾ വരവേല്ക്കുന്നു.

ഒരച്ഛന്റെ ദുഃഖം

1959 ജനുവരിയിലെ കോഴിക്കോട് യോഗം കോഫീ ഹൗസ് ചരിത്രത്തിൽ ആവേശകരമായ ഒന്നായിരുന്നെങ്കിൽ എന്റെ വ്യക്തിജീവിതത്തിൽ

വേദനിപ്പിക്കുന്ന ഒന്നായി മാറി.

ഈ സമ്മേളനത്തിന്റെ തിരക്കിനിടയ്ക്കാണ് എന്റെ ആദ്യത്തെ കുഞ്ഞ് ജനിച്ചത്. സമ്മേളനത്തിന്റെ ഒരുക്കത്തിനിടെ ഭാര്യയുടെ കന്നി പ്രസവത്തിന് അടുത്തുണ്ടായിരിക്കേണ്ട ഭർത്താവിന്റെ കടമ എനിക്കു മാറ്റി വയ്ക്കേണ്ടിവന്നു. സമ്മേളനത്തിനു ഞാൻ തിരിക്കുമ്പോഴാണ് ഞങ്ങൾക്ക് ഒരു ആൺകുഞ്ഞു ജനിച്ച വിശേഷത്തിനു കത്തുവന്നത്. കൂട്ടുകാർക്കു മധുരം നല്കി, അവനെ ഒരു നോക്കു കാണാതെ എനിക്കു സമ്മേളനത്തിനു പോകേണ്ടി വന്നു.

സമ്മേളനം കഴിഞ്ഞ് ഞാൻ വീട്ടിലെത്തിയപ്പോഴേക്കും ആ കുഞ്ഞ് ഈ ലോകത്തുനിന്നുതന്നെ യാത്രയായിരുന്നു. അന്നൊക്കെ വീടുകളിൽത്തന്നെയായിരുന്നു പ്രസവം. വേണ്ടപ്പോൾ ആശുപത്രിയെ ശരണം പ്രാപിക്കാൻ പഴയമട്ടുകാർക്കു തോന്നാറില്ല. ഞാൻ അവിടെയുണ്ടായിരുന്നെങ്കിൽ ആ കുട്ടിക്ക് ഈ ഗതി വരുമായിരുന്നുവോ— അറിയില്ല. എന്തായാലും എനിക്ക് ആ കുഞ്ഞിന്റെ മുഖംപോലും കാണാൻ കഴിഞ്ഞില്ല. എന്റെ ആദ്യത്തെ കുഞ്ഞ് ഇല്ലാതായി. അല്ല, ഈ കഥയിലെ രക്തസാക്ഷിയായി, അവൻ അനശ്വരത നേടി.

ആ കുഞ്ഞിന്റെ സ്ഥാനത്ത് സംഘത്തെ കണ്ടാണ് പിന്നീട് ജീവിതകാലമത്രയും ഈ അച്ഛൻ ആ വേദന മറക്കാൻ ശ്രമിച്ചത്.

യാതനയുടെ കാലം

തൊഴിലാളി കോഫീ ഹൗസുകൾ വിജയിപ്പിക്കാനായി ജീവനക്കാർ തീരുമാനിച്ചു നടപ്പിലാക്കിയ കാര്യങ്ങൾ ഒട്ടേറെയുണ്ട്— പുലർച്ചെ മുതൽ പാതിരാത്രിവരെ ജോലി, വിശ്രമമില്ല. അവധിയില്ല. കോഫീ ഹൗസുകൾ ലാഭത്തിലാക്കിയേ പിന്മാറൂ എന്ന ലക്ഷ്യം മാത്രം. പണിയെടുത്തു തളർന്നാൽ ഒരു കപ്പു കാപ്പിപോലും കാശുകൊടുക്കാതെ എടുത്തു കുടിക്കില്ല.

ആ തീരുമാനങ്ങൾ തൃശൂർ സംഘം എങ്ങനെ നടപ്പാക്കി എന്നു ഞാൻ പറയാം.

തൃശൂർ കോഫീ ഹൗസ് തുടങ്ങുമ്പോൾ ഞങ്ങളുടെ കൈയിലുണ്ടായിരുന്നത് 2100 രൂപമാത്രമാണ്. കോട്ടയത്തുനിന്ന് ഞാൻ വായ്പയായി പിരിച്ച 100 രൂപ, എന്റെയും രാമകൃഷ്ണപിള്ളയുടെയും ഭാര്യമാരുടെ പണ്ടം പണയം വച്ചുകിട്ടിയ 500 രൂപ, എന്റെയും മാധവൻ, ജോൺ, എൻ കൃഷ്ണൻ നായർ, ശേഖരപിള്ള എന്നിവരുടെ ഓഹരിസംഖ്യ 300 രൂപ വച്ച് മൊത്തം 1500 രൂപയും. ഇതുകൊണ്ടായിരുന്നു ഞങ്ങളുടെ തുടക്കം. വാസുവടക്കമുള്ള ഏഴുപേരുടെ ഓഹരിസംഖ്യ സെൻട്രൽ ഓർഗനൈസിങ് കമ്മിറ്റിയുടെ കൈയിലായിരുന്നു. അത് 1958 ജൂൺ മാസത്തോടെയേ കിട്ടിയുള്ളൂ.

ഞാനോർക്കുന്നു - തൃശൂർ കോഫീ ഹൗസ് തുറന്ന് മൂന്നുമാസം കഴിഞ്ഞപ്പോഴാണ് ജോലിക്കാർക്ക് ദാഹിച്ച കാപ്പി സൗജന്യമായി കൊടുക്കാൻ

ഞങ്ങൾക്കു കഴിഞ്ഞത്. അതും കഴിഞ്ഞ് മൂന്നുമാസം കൂടിക്കഴിഞ്ഞാണ് ആഴ്ചയവധി അനുവദിച്ചത്. എന്നാൽ 1960 ഡിസംബർ വരെ, മൂന്നു കൊല്ലത്തോളം, ഒരവധിപോലും എടുക്കാതെയാണ് ഞാൻ ജോലി ചെയ്തത്. അതിലൂടെ, എ കെ ജി പഠിപ്പിച്ച ഒരു പാഠം പിന്തുടരുകയായിരുന്നു ഞാൻ.

സംഘം തുടങ്ങി ഏറെക്കഴിയുംമുമ്പേ പ്രശ്നത്തിലായി. പേരാവുന്നതിലും വലിയ ചുമതലകൾ ഏല്ക്കേണ്ടിവന്നതുകൊണ്ടായിരുന്നു അത്. ഇന്ത്യയിൽ ഏറ്റവും കൂടുതൽ പേർക്ക്— 38 പേർ— ജോലി കൊടുത്തുകൊണ്ടാണ് സംഘം അക്കാലത്തു പ്രവർത്തിച്ചത്. അങ്ങനെ മുന്നോട്ടു പോകാൻ വയ്യാതായി. അപ്പോൾ പോണ്ടിച്ചേരി സംഘം സഹായത്തിനെത്തി. 15 പേരെ അവർ ഏറ്റെടുത്തു. മാത്രവുമല്ല സംഘത്തിന് കടം തരികയും ചെയ്തു. ഒരു വലിയ ദുരന്തം അങ്ങനെ ഒഴിവായി.

ഏറ്റെടുക്കുന്ന കോഫീ ഹൗസുകളിൽ 70 രൂപ ശമ്പളം കൊടുക്കാനായിരുന്നു സെൻട്രൽ ഓർഗനൈസിങ് കമ്മിറ്റി തീരുമാനം. തൃശൂർ സംഘത്തിന്റെ പ്രവർത്തകരായ ഞങ്ങൾ പക്ഷേ, അഞ്ചുരൂപ കുറച്ച് ശമ്പളമെടുക്കാനാണ് തീരുമാനിച്ചത്.

അതുകൊണ്ടും ഒന്നുമായില്ല. അത്ര കടുത്തതായിരുന്നു പഞ്ഞം. ഞങ്ങൾ അതിനും വഴികണ്ടെത്തി. എല്ലാ ജീവനക്കാരും കൊല്ലത്തിൽ ഒരു മാസം ശമ്പളമില്ലാത്ത അവധിയെടുത്തു. ആണ്ടിൽ 11 മാസം മാത്രം ശമ്പളം കൊടുക്കുന്ന ആ രീതി നാലുകൊല്ലം തുടർന്നു. സ്ഥാപനത്തിന്റെ ആവശ്യം മുൻനിർത്തി, കൂട്ടായ തീരുമാനമനുസരിച്ച് ഈ ഗ്രന്ഥകാരൻ മാത്രം ആ അവധിയെടുക്കാതെ ജോലി ചെയ്തു.

വറുതിക്കാലത്തും നേട്ടങ്ങൾ

എന്നാൽ, വറുതി ഒരിക്കലും ദൗത്യത്തെ ബാധിച്ചില്ല. സേവനത്തിൽ, ഗുണനിലവാരത്തിൽ ഒരു തരക്കേടും ഞങ്ങൾ വരുത്തിയില്ല. എന്നുമല്ല, അക്കാര്യത്തിൽ ഞങ്ങളെ വെല്ലുവിളിക്കാൻ അന്ന് ഹോട്ടൽരംഗത്ത് ആരുമുണ്ടായിരുന്നുമില്ല.

ഞങ്ങളുടെ സ്ഥാപനം മതിപ്പും പേരും പിടിച്ചുപറ്റി മുന്നോട്ടുപോയി. വറുതിയുടെ കാലത്തുതന്നെ- 1961 നവംബറിൽ - തിരുവനന്തപുരത്തു നടന്ന ഐക്യരാഷ്ട്ര ഭക്ഷ്യകാർഷിക സംഘടനയുടെ സമ്മേളനത്തിൽ ഭക്ഷണം നല്കി ഞങ്ങൾ സാക്ഷ്യപത്രം നേടി. 61-62 ലും 62-63 ലും സഹകരണ വാരാഘോഷത്തിന് തൃശൂരിൽ നടന്ന എക്സിബിഷനിൽ സ്റ്റാൾ നടത്തി ഞങ്ങൾ സ്വർണ്ണ മെഡൽ നേടി. 62 ൽത്തന്നെ തൃശൂർ മുനിസിപ്പാലിറ്റിയുടെ ശുചിത്വത്തിനുള്ള ഒന്നാം സമ്മാനവും ഞങ്ങൾക്കായിരുന്നു. 66-67 കൊല്ലങ്ങളിൽ തിരുവനന്തപുരം കോഫീ ഹൗസും ഇതേ ബഹുമതി നേടി.

തൃശൂർ സംഘം ആദ്യത്തെ കൊല്ലം തന്നെ ലാഭം നേടി— 710 രൂപ ഏഴു പൈസ. 114 ദിവസംകൊണ്ടായിരുന്നു ആ നേട്ടം. പിന്നെ രണ്ടുകൊല്ലം

നഷ്ടം. 1958–59, 1959–60 വർഷങ്ങളിൽ 23,000 രൂപയിലേറെ നഷ്ടമുണ്ടായി. അതിനുംശേഷമാണ് സംഘം കരകയറിത്തുടങ്ങിയത്. 1960–61, 1961–62 എന്നീവർഷങ്ങളിൽ 8,000 രൂപയോളം ലാഭമുണ്ടായി. അപ്പോഴും പഴയ നഷ്ടം 15,000 രൂപയായികുറയ്ക്കാനേ കഴിഞ്ഞുള്ളൂ. ഇക്കാലത്ത് ഞങ്ങൾ സാഹസികമായി പലയിടത്തും കോഫീ ഹൗസുകൾ തുറന്നു. അവയിൽ പലതും നഷ്ടംമൂലം അടച്ചു. പക്ഷേ, സംഘം തകർന്നില്ല. കാര്യങ്ങൾ ഭദ്രമാക്കാൻ ഏഴു കൊല്ലമെടുത്തു. ആദ്യത്തെ അഞ്ചുകൊല്ലം സി ക്ലാസിലും പിന്നീട് രണ്ടുകൊല്ലം ബി ക്ലാസിലും സംഘം പ്രവർത്തിച്ചു. തുടർന്ന് എ ക്ലാസിലായി 1964–65 മുതലായിരുന്നു അത്. അതുവരേക്കും ഞങ്ങൾക്ക് അത്യദ്ധ്വാനത്തിന്റെയും ആശങ്കയുടെയും കാലമായിരുന്നു. എങ്കിൽപ്പോലും സംഘം മെച്ചപ്പെടുന്നതിനനുസരിച്ച് തൊഴിലാളികൾക്ക് ആനുകൂല്യം കൊടുത്തിരുന്നു.

ആനുകൂല്യങ്ങളുടെ രാഷ്ട്രീയം

തൃശൂർ സംഘം തുടങ്ങിയപ്പോൾ 65 രൂപയായിരുന്നു മാസശമ്പളമെന്ന് പറഞ്ഞല്ലോ. യൂണിയന്റെ സെൻട്രൽ ഓർഗനൈസിങ് കമ്മിറ്റിതന്നെ 70 രൂപ നിശ്ചയിച്ചിരുന്നുവെന്നും എന്നിട്ടും ഞങ്ങൾ അഞ്ചുരൂപ കുറച്ചു മാത്രം കൈപ്പറ്റാൻ തീരുമാനിക്കുകയായിരുന്നുവെന്നും ഞാൻ പറഞ്ഞു കഴിഞ്ഞു. അത് തുടക്കം മാത്രമായിരുന്നുവെന്നാണ് ഇനി പറയാനുള്ളത്. ആ കുറച്ചു ശമ്പളം പറ്റി ഒന്നും രണ്ടുമല്ല അഞ്ചു കൊല്ലം ഞങ്ങൾ പണിയെടുത്തു. എല്ലാവർക്കും ഒരേ ശമ്പളം. എന്നാൽ ചുമതലയ്ക്കനുസരിച്ചു ജോലി— ആ വലിയ തത്ത്വമാണ് ഞങ്ങൾ അന്നു നടപ്പാക്കിയത്.

അതിൽ മാറ്റംവരുന്നത് 1962–63 ലാണ്. എല്ലാവർക്കും അഞ്ചുരൂപ വെയ്റ്റേജ് നല്കി. 57 ൽ നിശ്ചയിച്ച ശമ്പളം അങ്ങനെ അഞ്ചുകൊല്ലത്തിനുശേഷം നടപ്പായി. ഇന്നത്തെ ഭാഷയിൽ എക്സിക്യൂട്ടീവുകൾ എന്നു പറയാവുന്ന ഉയർന്ന ഉദ്യോഗസ്ഥർക്ക് ട്രേഡ് പേയും ഏർപ്പെടുത്തി. അതുവരെ എല്ലാവർക്കുമൊപ്പം ശമ്പളം വാങ്ങുകയായിരുന്നു കോഫീഹൗസിലെ മേലുദ്യോഗസ്ഥർ. സെക്രട്ടറിക്കും ജനറൽ മാനേജർക്കും ചീഫ് അക്കൗണ്ടന്റിനും 15 രൂപ ട്രേഡ് പേ. മാനേജർമാർക്ക് 10 രൂപയായിരുന്നു ട്രേഡ് പേ. കൗണ്ടർ ക്ലാർക്ക്, ക്ലാർക്ക് എന്നിവർക്ക് അഞ്ചു രൂപയും. 1963 ജനുവരി ഒന്നുമുതൽ അത് പ്രാബല്യത്തിൽ വരുത്തി.

കൂടിയ ചുമതലകൾക്കുള്ള ന്യായമായ വേതനം— അങ്ങനെയാണ് ഈ ട്രേഡ് പേയെ ഞങ്ങൾ കണ്ടത്. എക്സിക്യൂട്ടീവുകൾക്ക് ആനുകൂല്യങ്ങൾ വാരിക്കോരി കൊടുക്കുക. അതിനുവേണ്ടി സാധാരണതൊഴിലാളികളെ പട്ടിണിക്കാരാക്കുക. ആ ശമ്പള സംസ്കാരമുണ്ടല്ലോ— അതിനെയാണ് ഞങ്ങൾ തച്ചുടച്ചത്.

ഒരു നല്ല വർഷമായിരുന്നു 1963. ജൂലൈ ഒന്നുമുതൽ ക്ഷാമബത്ത നടപ്പാക്കി. വിവിധ തട്ടിലുള്ള ജോലിക്കാർക്ക് 40, 35, 30, 25, 20 രൂപ ക്രമ

ത്തിലായിരുന്നു ബത്ത. കോഫി മേക്കിങ്, പാൻട്രി സെക്ഷനുകളിൽ അഞ്ചുരൂപ ഫയർ അലവൻസും അനുവദിച്ചു. കോഫീ ഹൗസുകളിൽ അന്ന് കരിയടുപ്പുകളായിരുന്നു. പൊള്ളുന്ന ചൂടിൽ പണിയെടുക്കുന്ന അടുക്കളപ്പണിക്കാർക്ക് ക്ലാർക്കിനും കൗണ്ടർ ക്ലാർക്കിനും കൊടുക്കുന്ന പരിഗണന— അതാണ് ഈ തീരുമാനത്തിന്റെ അർത്ഥം. അങ്ങനെ പുതിയൊരു വേതനമര്യാദ നടപ്പാക്കുകയായിരുന്നു ഞങ്ങൾ.

എക്കാലത്തും ഞങ്ങൾ ശമ്പളം തീരുമാനിച്ചത് ഇതിന്റെ ചുവടുപിടിച്ചായിരുന്നു. തസ്തികകൾ തമ്മിൽ അന്യായമായ അകലമില്ലാതെ എന്നും ഞങ്ങൾ വേതനം നിർണ്ണയിച്ചു. ഒരിനം ജോലിക്കാർ എന്നും ദരിദ്രരായിക്കഴിയുക, ഒരിനം ജോലിക്കാർ എന്നും സുഖഭോഗങ്ങളിൽക്കഴിയുക - ആ അവസ്ഥ ഞങ്ങൾ ഒഴിവാക്കി. ബോർഡിൽ ഞങ്ങളെ നീറ്റിയ ഏമാൻ സംസ്കാരത്തോട് ഞങ്ങൾ പ്രതികാരം ചെയ്തത് അങ്ങനെയാണ്.

ആദ്യമായി സംഘം ബോണസ് കൊടുത്തത് 1962-63 ലായിരുന്നു. 1964-65 ൽ 20 രൂപ മെഡിക്കൽ അലവൻസും ഏർപ്പെടുത്തി. 6 ദിവസത്തെ അവകാശാവധി 24 ദിവസമാക്കി. 1964 ജൂലൈ ഒന്നിന് പ്രോവിഡന്റ് ഫണ്ടും ഏർപ്പെടുത്തി. പില്ക്കാലത്ത്, ക്ഷേമനിധി, ഗ്രാറ്റുവിറ്റി, ജോലി ചെയ്താൽ ഇരട്ടിശമ്പളം കിട്ടുന്ന അവധികൾ, ഇരുപതു ദിവസത്തെ കാഷൽലീവ് 36 ദിവസത്തെ അവകാശാവധി, 60 ദിവസംവരെ മെഡിക്കൽ ലീവ്, മെഡിക്കൽ അലവൻസ്, വിദ്യാഭ്യാസ അലവൻസ് എന്നിവയും സ്റ്റാഫ് ക്വാർട്ടേഴ്സും വന്നു. എല്ലാത്തിനും പുറമേ, സഹകരണസംഘങ്ങളിൽ പതിവില്ലാത്ത പെൻഷനും നടപ്പാക്കി. കോഫീ ഹൗസിൽക്കയറുമ്പോൾ നിങ്ങൾ കൊടുക്കുന്ന 'ടിപ്പു'ണ്ടല്ലോ അതു പോകുന്നത് പെൻഷൻ നല്കുന്നതിനുള്ള വാർദ്ധക്യകാല ആശ്വാസ പദ്ധതിയിലേക്കാണ്.

ഇതൊക്കെ ഇത്ര പറയാനുണ്ടോ എന്ന് നിങ്ങൾക്കു തോന്നാം. ഉണ്ട്. ആ ആനുകൂല്യങ്ങളും മെച്ചപ്പെട്ട ശമ്പളവും എല്ലാം നല്കിയിട്ടും സംഘം ലാഭത്തിൽത്തന്നെ കൊണ്ടുപോകാൻ ഞങ്ങൾക്കു കഴിഞ്ഞുവെന്നു പറയാൻ വേണ്ടിയാണ് ഞാൻ ആനുകൂല്യങ്ങളുടെ പട്ടിക നിരത്തിയത്. തൊഴിലാളികൾക്ക് ആനുകൂല്യവും ശമ്പളവും സ്വാതന്ത്ര്യവുമൊക്കെ കൊടുത്താൽ വ്യവസായവും വാണിജ്യവും നടത്താനാകില്ല എന്നുപറയുന്നവർ ഈ തെളിവൊന്നു കാണണം.

ഈ അടുത്തകാലത്ത്, തുടങ്ങി നാലര പതിറ്റാണ്ടോളം പിന്നിട്ട ശേഷം, തൃശൂർ സംഘത്തിന്റെ സാമ്പത്തികഭദ്രത കുറഞ്ഞിട്ടുണ്ട് എന്നത് മറ്റൊരു കാര്യം. അതിന്റെ കാരണങ്ങളിലേക്ക് പതിനാലു കൊല്ലംമുമ്പ് സംഘത്തിൽ നിന്നു വിരമിച്ച ഞാൻ കടക്കുന്നില്ല.

ചരിത്രം കുറിച്ച മാറ്റങ്ങൾ

ഞങ്ങളുടെ ചരിത്രം കുറിച്ച നേട്ടങ്ങൾ ഇനിയുമുണ്ട്. ഞങ്ങൾ തൊഴി

ലാളികളെ തൊഴിൽശാലയുടെ ഉടമകളാക്കി. സ്ഥാപനം നടത്തുന്നതിനു വേണ്ട എല്ലാ വൈദഗ്ദ്ധ്യവും തൊഴിലാളികളിൽത്തന്നെ ഒളിഞ്ഞുകിടപ്പുണ്ടെന്നു തെളിയിച്ചു. കാപ്പിപലഹാരങ്ങളുണ്ടാക്കുകയും വിളമ്പുകളും എച്ചിലെടുക്കുകയും പാത്രംകഴുകുകയും ചെയ്യുന്ന കൈകൾകൊണ്ടു തന്നെ സ്ഥാപനമാകെ നടത്തി. എല്ലാ തൊഴിലാളികൾക്കും പൂർണ്ണമായ അവസരസമത്വം ഉറപ്പുവരുത്തി. വാണിജ്യസ്ഥാപന നടത്തിപ്പിൽ ജനാധിപത്യം ശൈലിയാക്കി.

സ്ഥാപനത്തിന്റെ ഉടമസ്ഥാവകാശം അവിടെ പണിയെടുക്കുന്നവർക്കാക്കിക്കൊണ്ടാണ് ഞങ്ങൾ തുടങ്ങിയത്. കോഫീ ഹൗസിൽ ചേരുമ്പോൾ തൊഴിലാളി ഓഹരിയുടമയുമാകും. സംഘാംഗങ്ങളായ അത്തരം ഓഹരിയുടമകളുടെ പൊതുയോഗം രണ്ടു കൊല്ലത്തിലൊരിക്കൽക്കൂടി തെരഞ്ഞെടുക്കുന്ന ഭാരവാഹികളാണ് സംഘം ഭരിക്കുന്നത്. ഭാരവാഹിയായി സംഘാംഗമല്ലാത്ത, തൊഴിലാളിയല്ലാത്ത, ആരുംവരില്ല.

നമ്മുടെ നാട്ടിലെ സഹകരണ സംഘങ്ങൾക്കൊന്നുമില്ല ഈ പ്രത്യേകത. സംഘാംഗങ്ങൾ ഉടമകളാകും– സംഘം ജീവനക്കാർ അവരുടെ പണിക്കാരാകും; പതിവതാണ്. അതാണ് ഞങ്ങൾ മാറ്റിമറിച്ചത്. തൊഴിലെടുക്കുന്നവർ മാത്രം സംഘാംഗങ്ങളായ, വിരമിക്കുമ്പോൾ അംഗത്വം നഷ്ടപ്പെടുന്ന ഇതുപോലൊരു രീതി മറ്റൊരു സഹകരണ സംഘത്തിലുമില്ല.

മാനേജ്മെന്റിൽ ഞങ്ങൾ വരുത്തിയ വലിയ മാറ്റം ഇതാണ് - എല്ലാം തൊഴിലാളിയെ ഏല്പിച്ചു. ഐ എ എസ്സുകാർ ചെയ്ത ജോലി മുതൽ എല്ലാം സാധാരണ തൊഴിലാളി ചെയ്തു.

പ്രയോഗത്തിലൂടെ സിദ്ധാന്തം

പതുക്കെപ്പതുക്കെയാണ് ഞങ്ങൾ ഈ പറഞ്ഞ ഓരോ തത്ത്വത്തിലേക്കും എത്തിയത്. അല്ലാതെ എഴുതിവച്ച സിദ്ധാന്തങ്ങൾ പകർത്തുകയായിരുന്നില്ല.

തൃശൂർ സംഘത്തിന്റെ ഉദാഹരണത്തിലൂടെതന്നെ ഞാൻ മുന്നോട്ടു പോകട്ടെ. ആദ്യഘട്ടത്തിൽ പുറത്തുനിന്ന് സേവനം തേടിയിരുന്നു. മിക്ക സംഘങ്ങളിലും തുടക്കത്തിൽ പ്രസിഡന്റുമാർ പുറത്തുനിന്നുള്ളവരായിരുന്നു. നാട്ടിൽ പേരും പഠിപ്പുമുള്ളവരുടെ നേതൃത്വം അന്നു ഞങ്ങൾക്ക് ആവശ്യമായിരുന്നു. ഈ രീതിയിലാണ് കമ്യൂണിസ്റ്റ് നേതാവും എം എൽ എയുമായ ടി കെ കൃഷ്ണൻ തൃശൂർ സംഘത്തിന്റെ ആദ്യ പ്രസിഡന്റായത്. നാലു കൊല്ലം അദ്ദേഹം ആ സ്ഥാനം അലങ്കരിച്ചു. പ്രമുഖ സഹകാരി ടി കെ കുഞ്ഞയ്യപ്പൻ മാസ്റ്ററും ഇത്തരത്തിലാണ് ആദ്യകാല ഭരണസമിതിയിൽ ഉണ്ടായിരുന്നത്. പിന്നീട്, ഞങ്ങൾക്ക് കാര്യങ്ങൾ സ്വയം നടത്താമെന്ന നില വന്നപ്പോൾ എ കെ ജിയുടെ നിർദ്ദേശപ്രകാരം അവരുടെ സേവനം അവസാനിപ്പിച്ചു. ടി കെ കൃഷ്ണൻ പിന്നീട് ലീഗൽ അഡ്വൈസർ എന്ന നിലയ്ക്കാണ് സംഘത്തെ സഹായിച്ചത്. 1980 ൽ അന്തരിക്കുംവരെ അദ്ദേഹം ആ സ്ഥാ

നത്തു തുടർന്നു. സംഘത്തിന്റെ തുടക്കം മുതൽ എ കെ ജി രക്ഷാധികാരി യാ യിരുന്നു. അദ്ദേഹവും 1977 ൽ അന്തരിക്കുംവരെ ആ സ്ഥാനം അലങ്ക രിച്ചു.

നിശ്ചയമായും പിടിയില്ലാത്ത ജോലികൾ തനിയേ ചെയ്തപ്പോൾ പ്രയാസങ്ങൾ നേരിട്ടിട്ടുണ്ട്. പക്ഷേ, സ്ഥാപനനടത്തിപ്പും കണക്കുവയ്ക്ക ലുമടക്കമുള്ള എല്ലാ ജോലിയും ഞങ്ങൾ സ്വയം പഠിച്ചു ചെയ്തു.

തൃശൂരിൽ നാലാം ക്ലാസുകാരനായ ഞാൻ സംഘം സെക്രട്ടറിയു ടെയും കോഫീ ഹൗസ് മാനേജരുടെയും കൗണ്ടർ ക്ലാർക്കിന്റെയും ചുമ തല ഒരേസമയം നിർവ്വഹിച്ചുകൊണ്ടായിരുന്നു തുടക്കം. പി ശേഖരപിള്ള മറ്റൊരു കൗണ്ടർ ക്ലാർക്കായി. കെ ആർ മാധവൻ, കെ കൃഷ്ണൻ നായർ -ബേറർമാർ, ബി ശ്രീധരൻ നായർ , കെ ഒ റപ്പേൽ - കോഫീ മേക്കർമാർ, എ കെ വാസു വി എം അന്തോണി - ക്ലീനർ, സി പി താണി - വാട്ടർ ബോയ് എന്നിവരായിരുന്നു ആദ്യത്തെ മറ്റു ജോലിക്കാർ.

കണക്കുകൾ ആദ്യകാലത്ത് ഞാൻതന്നെ എഴുതുകയായിരുന്നു. അന്ന് *നവജീവനി*ലായിരുന്ന ടി കെ കുഞ്ഞയ്യപ്പൻ മാസ്റ്ററും എം ഗോവി ന്ദൻ കുട്ടിയുമാണ് എന്നെ അതിനു സഹായിച്ചത്. പിന്നീട്, വെളപ്പായ സ്വദേശിയായ കെ ഗോപാലകൃഷ്ണനും ചേർത്തല സ്വദേശി കെ ജി അറുമുഖൻ പിള്ളയുമെത്തി.

തൃശൂർ എംപ്ലോയ്മെന്റ് എക്സ്ചേഞ്ച് ജീവനക്കാരനായ അറുമുഖൻ പിള്ള പ്രതിഫലമൊന്നും വാങ്ങാതെയാണ് ഞങ്ങളെ സഹായിച്ചത്. പിന്നീട് കെ ശ്രീധരൻ എന്ന ഒരു അക്കൗണ്ടന്റിനെ ഞങ്ങൾ നിയമിച്ചു. അദ്ദേഹം വാസുവിന്റെ ഭാര്യാസഹോദരനായിരുന്നു. എന്നാൽ, ശ്രീധരൻ വളരെ പെട്ടെന്ന് ജോലി നിർത്തിപ്പോയി.

അപ്പോഴാണ് ശരിക്കും ഞങ്ങൾക്കൊരു രക്ഷാപുരുഷനായി ടി കെ അപ്പുക്കുട്ടൻ എത്തിയത്. ഞങ്ങളുടെ പ്രസിഡന്റ് ടി കെ കൃഷ്ണൻ എം എൽ എയുടെ സഹോദരനായിരുന്നു അപ്പുക്കുട്ടൻ സാർ. അദ്ദേഹം സിലോണിലായിരുന്നു. സായിപ്പന്മാരുടെ എസ്റ്റേറ്റുകളിൽ ജനറൽ മാനേ ജരായി നീണ്ടകാലം ജോലിയും ചെയ്തിരുന്നു. സാർ നാട്ടിൽമടങ്ങിയെ ത്തിയ കാലമായിരുന്നു അത്. ഞങ്ങൾ സാറിനെ ജനറൽ മാനേജരാക്കി. കണക്കു ശാസ്ത്രീയമായി സൂക്ഷിക്കാൻ ഞങ്ങളെ പഠിപ്പിച്ചത് അദ്ദേഹ മാണ്. ഇന്നും അപ്പുക്കുട്ടൻ സാർ ഉണ്ടാക്കിയ മട്ടിലാണ് തൃശൂർ സംഘ ത്തിൽ കണക്കുവയ്ക്കുന്നത്.

മൂന്നുവർഷത്തെ സേവനം പൂർത്തിയാക്കി സംഘത്തോടു വിടപറ യാൻ നിശ്ചയിച്ചിരുന്ന ദിവസം, 1961 ഒക്ടോബർ 31 ന്, സംഘത്തിന്റെ ഓഫീസിൽ വച്ചാണ് അദ്ദേഹത്തിന്റെ ആകസ്മികമായ അന്ത്യമുണ്ടായത്. എന്നുകൂടി ഇവിടെപ്പറയട്ടെ. ഓഫീസിൽ കുഴഞ്ഞുവീണ അദ്ദേഹത്തെ ആശുപത്രിയിലെത്തിച്ചെങ്കിലും രക്ഷിക്കാൻ കഴിയാതെ വരികയായിരുന്നു.

അപ്പുക്കുട്ടൻ സാറിന്റെ മരണശേഷം സംഘം ജോലികൾ തൊഴിലാ ളികളായ ഞങ്ങൾ തന്നെ ചെയ്തു. ഭരണസമിതിയംഗങ്ങളായി ഞങ്ങൾ

സംഘം നയിച്ചു. മേലുദ്യോഗസ്ഥരായി ഞങ്ങൾ സംഘം നടത്തി. ടി കെ കൃഷ്ണൻ പ്രസിഡന്റ് സ്ഥാനം ഒഴിഞ്ഞതിനുശേഷം ആ പദവിയേറ്റെടുത്തത് സി ദാമോദരൻ നായരാണ്. കോഫീ ബോർഡ് പിരിച്ചുവിട്ട നാലാംതരം തൊഴിലാളിയായിരുന്നു അദ്ദേഹം. മാളയ്ക്കടുത്തുള്ള കൂടൂരാണ് നാട്. അപ്പുക്കുട്ടൻ സാർ മരിച്ച ശേഷം ജനറൽ മാനേജരായതും ദാമോദരൻ നായരാണ്. ആദ്യം ഗ്രന്ഥകാരൻ സംഘം സെക്രട്ടറിയായിരുന്നു. പിന്നീട് അത് തിരഞ്ഞെടുക്കപ്പെടുന്ന പദവിയാക്കി. അതോടെ ഞാൻ സെയിൽസ് മാനേജരായി. കെ പി പ്രഭാകരൻ നായർ ചീഫ് അക്കൗണ്ടന്റും. കോഫീ ബോർഡിൽനിന്നു പിരിച്ചുവിടപ്പെട്ട നാലാം തരം തൊഴിലാളിയായിരുന്നു പ്രഭാകരൻ നായരും. കുമരകം സ്വദേശിയാണ്. ദാമോദരൻ നായരെത്തുടർന്ന് പ്രസിഡന്റ് പദം വഹിച്ചവർ ഇവരാണ്. പി കെ ജോസഫ് (കൊല്ലാട്), കെ ആർ ദാമോദരൻ (ആലുവ), കെ എം കുമാരൻ (അവിട്ടത്തൂർ), പി ശേഖരപിള്ള (തിരുവനന്തപുരം), കെ പങ്കജാക്ഷൻ നായർ (ഏഴിക്കര), പി എൻ രാഘവൻ നായർ (ചേർത്തല), എന്നെത്തുടർന്ന് സെക്രട്ടറി പദംവഹിച്ചവർ ഇവരാണ്: കെ പി പ്രഭാകരൻ നായർ, കെ ആർ ദാമോദരൻ, കെ എം കുമാരൻ, കെ പങ്കജാക്ഷൻ നായർ. ഇവരും മുൻ കോഫീ ബോർഡ് ജീവനക്കാരും ബോർഡ് പിരിച്ചുവിട്ടവരുമാണ്. ഇവർക്കുംശേഷം പുതുതായി കോഫീ ഹൗസിൽ ഏറ്റവും താഴെത്തട്ടിൽ ജോലിക്കെടുത്ത് ഞങ്ങൾ പഠിപ്പിച്ചവരാണ് ഈ പദവികൾ വഹിച്ചത്.

ഇന്നും കോഫീഹൗസുകൾ ഭരിക്കാൻ ഒരിടത്തുനിന്നും ഏമാന്മാർ വരുന്നില്ല. ഏറ്റവും താഴെത്തട്ടിലെടുക്കുന്ന തൊഴിലാളികളെ പഠിപ്പിച്ചാണ് എല്ലാ ജോലിയും ചെയ്യിക്കുന്നത്. എല്ലാവരെക്കൊണ്ടും എല്ലാ ജോലിയും ചെയ്യിക്കുമെന്നു വരട്ടുതത്ത്വവാദികളെപ്പോലെ കണ്ണുമടച്ചു നമ്പിക്കൊണ്ടല്ല, യോഗ്യത എഴുത്തുപരീക്ഷയിലൂടെ നിശ്ചയിച്ച് യോഗ്യതയുള്ളവർക്കു മാത്രം സ്ഥാനക്കയറ്റം നല്കിയാണ് ഞങ്ങൾ നീങ്ങിയത്. എന്തായാലും ഇന്നും കാപ്പിപലഹാരങ്ങൾ ഉണ്ടാക്കുകയും വിളമ്പുകയും എച്ചിലെടുക്കുകയും പാത്രം കഴുകുകയും ചെയ്യാത്ത ഒരാളും— അതേ, ഒരാൾ പോലും- കോഫീ ഹൗസ് ശൃംഖല ഭരിക്കാൻ നിയോഗിക്കപ്പെടുന്നില്ല. ലോകത്തുതന്നെ ഇങ്ങനെ മറ്റൊരു സ്ഥാപനമുണ്ടാകില്ല എന്നാണ് എന്റെ വിശ്വാസം.

കോഫീ ഹൗസ് തൊഴിലാളികളുടെ ആശ്രിതരെ പുതിയ തൊഴിലാളികളായി എടുക്കുന്ന ഒരു ശൈലിയും ഞങ്ങൾ കൊണ്ടുവന്നു. സംഘത്തിൽ ജോലിചെയ്യുന്ന ഓരോ ആൾക്കും സംഘം അയാളുടെ കുടുംബം തന്നെയായിത്തോന്നാൻ ഇതു വഴിയൊരുക്കി. ഈ ഗ്രന്ഥകാരന്റെ മക്കളിലൊരാളും കോഫീ ഹൗസ് ജീവനക്കാരനാണ്.

ഭരണഭാഷ മുഴുവനായും മലയാളമാക്കിയ സ്ഥാപനം കൂടിയാണ് ഞങ്ങളുടേത്. അത് തുടക്കം മുതൽ അങ്ങനെയായിരുന്നു. ഇന്നും അതേ മട്ടിൽ തുടരുകയും ചെയ്യുന്നു.

മറ്റൊന്നുകൂടി പറയണം. കോഫീ ഹൗസ് നടത്തിപ്പിന്റെ എല്ലാ വശവും പഠിച്ചു കഴിഞ്ഞപ്പോൾ നാലാംതരം ജോലികൾക്ക് പണിക്കാരെ വച്ച് ഏമാ

ന്മാരാകാൻ ഞങ്ങൾക്കു തോന്നിയില്ല. എല്ലാ ജോലിയും സ്ഥാപനമുടമകൾ ചെയ്യുക, അല്ലെങ്കിൽ ഏറ്റവും എളിയ തലത്തിൽ ജോലി ചെയ്യാൻ എത്തുന്ന വൻപോലും സ്ഥാപനമുടമയാകുക എന്ന തത്ത്വത്തിൽ ഞങ്ങൾ ഉറച്ചു നിന്നു.

ഞങ്ങൾ നേടിയ വിജയങ്ങളുടെ പിന്നിൽ ഇതൊക്കെയായിരുന്നു എന്ന് ഞാൻ വിശ്വസിക്കുന്നു. സ്വകാര്യ മേഖലയ്ക്കു പുറത്ത് എങ്ങനെ ഉല്പാദനക്ഷമത കൂട്ടാം എന്ന ചർച്ച ഇപ്പോൾ സജീവമാണ്. വായനക്കാരേ, നാലര പതിറ്റാണ്ടോളം മുമ്പ് ഞങ്ങൾ ആ ചോദ്യത്തിന് ഉത്തരം കണ്ടെത്തിയിരുന്നു.

ഞങ്ങൾ മറ്റൊരു വലിയ കാര്യം കൂടി ചെയ്തു. പുനരധിവസിപ്പിക്കേണ്ട മുഴുവൻ കോഫീ ഹൗസ് തൊഴിലാളികളെയും ജോലിക്കെടുത്തിട്ടും ഞങ്ങൾ കൂടുതൽ കോഫീ ഹൗസുകൾ തുറക്കുകയും കൂടുതൽ കുടുംബങ്ങൾക്ക് ജീവിതമാർഗ്ഗം നല്കുകയും ചെയ്തു. വേണമെങ്കിൽ ഞങ്ങൾക്ക് നല്ല ലാഭമുള്ള കോഫീ ഹൗസുകൾ മാത്രം നടത്തി, കിട്ടുന്ന ലാഭമൊക്കെ പങ്കിട്ടെടുക്കാമായിരുന്നു. ആദ്യകാല ജീവനക്കാരായ പഴയ കോഫീബോർഡ് തൊഴിലാളികൾ പിരിയുമ്പോൾ അത്യാവശ്യത്തിനു മാത്രം, പുതിയ ജോലിക്കാരെ എടുക്കാമായിരുന്നു. എങ്കിൽ ആദ്യകാല ജോലിക്കാർക്കെല്ലാം തീർച്ചയായും കാശുകാരാകാമായിരുന്നു. എന്നാൽ, അതായിരുന്നില്ല ഞങ്ങളുടെ വഴി. കൂടുതൽ കോഫീ ഹൗസുകൾ തുടങ്ങാൻ വേണ്ടി ഞങ്ങൾ ഞങ്ങളുടെ അദ്ധ്വാനഫലത്തിന്റെ നല്ലൊരു പങ്ക് നീക്കിവച്ചു. ഞങ്ങൾക്കറിയാമായിരുന്നു— പഴയ കോഫീ ഹൗസ് തൊഴിലാളികളെ പണക്കാരാക്കുകയല്ല പ്രസ്ഥാനത്തിന്റെ ലക്ഷ്യമെന്ന്.

ഒരുകാര്യംകൂടി ഇവിടെപ്പറയട്ടെ— ലാഭമോഹമില്ലാതെ പുതിയ പുതിയ കോഫീ ഹൗസുകൾ തുറക്കുന്നതിൽ തൃശൂർ സംഘം ഏറെ മുന്നിലായിരുന്നു. അങ്ങനെയാണ് ഇന്ത്യയിൽ ഏറ്റവും കൂടുതൽ പേർക്കു തൊഴിൽ കൊടുക്കുന്ന, ഏറ്റവുമധികം കോഫീ ഹൗസുകൾ നടത്തുന്ന സംഘമായി പില്ക്കാലത്ത് ഞങ്ങൾ മാറിയത്.

ആദ്യകാല ജോലിക്കാർ ലളിതജീവിതം സ്വയം വരിച്ചുകൊണ്ടായിരുന്നു അങ്ങനെയൊരു വളർച്ചയിലേക്ക് സംഘത്തെ എത്തിച്ചത്. അതുകൊണ്ടുതന്നെ മൂന്നു പതിറ്റാണ്ടുകാലം തൃശൂർ സംഘത്തെ നയിച്ച ഈ ഗ്രന്ഥകാരന് പിരിയുമ്പോൾ സമ്പാദ്യമായുണ്ടായിരുന്നത് പട്ടണത്തിലെ പാവങ്ങൾ താമസിക്കുന്ന, ചേരിയെന്നുതന്നെ പറയാവുന്ന, ഒരിടവഴിയിൽ നാലര സെന്റു സ്ഥലവും ഒരു കൊച്ചുവീടും മാത്രമായിരുന്നു. ഒരു പന്തീരാണ്ടു കാലം തൃശൂർ സംഘത്തെ നയിച്ചശേഷം, ആ സ്ഥലവും വീടും വാങ്ങുമ്പോൾ കെട്ടുതാലിയൊഴിച്ച് ഭാര്യയുടെ മുഴുവൻ പണ്ടവും വിറ്റുപെറുക്കിയിട്ടും ബാങ്കിൽനിന്നു കടംകൊള്ളേണ്ടിവന്നു എനിക്ക്. പിന്നീടുള്ള സർവ്വീസ് കാലം മുഴുവനെടുത്തുമാത്രം എനിക്കു വീട്ടാൻ കഴിഞ്ഞ കടം. മൂന്നു പതിറ്റാണ്ടിലേറെക്കാലം തെക്കൻ കേരളത്തിലെ കോഫീ ഹൗസുകൾ ഭരിക്കുമ്പോൾ വീട്ടിലൊരു ഫോൺപോലുമില്ലായിരുന്നു എനിക്ക്. യാത്രചെയ്യാൻ ഒരു സൈക്കിളോ സമയം നോക്കാൻ ഒരു

കൈവാച്ചോ ഇല്ലാത്തത്ര കടുത്ത ലളിതജീവിതമാണ് ഞാൻ പിന്നിട്ടത്. ഓഫീസിലേക്കു നടന്നുപോയി ജോലിചെയ്തിരുന്ന, അങ്ങാടിയിൽനിന്നു വാങ്ങിയ വീട്ടുസാധനങ്ങൾ തുണിസഞ്ചിയിലാക്കി കൈയിൽത്തൂക്കി വീട്ടിൽ കൊണ്ടുപോയിരുന്ന, റേഷൻ കടകളിലും മാവേലി സ്റ്റോറുകളിലും ക്യൂ നിന്ന് സാധനങ്ങൾ വാങ്ങിയിരുന്ന ഒരു 'എക്സിക്യൂട്ടീ'വായിരുന്നു ഞാൻ. ഞങ്ങളേക്കാൾ ചെറിയ സ്ഥാപനങ്ങളുടെ മേലുദ്യോഗസ്ഥർ പോലും മുന്തിയ ജീവിതം നയിക്കുമ്പോഴായിരുന്നു അതെന്ന് ഓർക്കണം.

കോഫീ ഹൗസിന്റെ വളർച്ചയ്ക്കു പിന്നിലെ മൂല്യനിഷ്ഠ അതായിരുന്നു.

പുതിയ രീതിയിൽ പുതിയ കാഴ്ചപ്പാടുമായി മുന്നോട്ടുപോയ ഞങ്ങൾ തുടക്കംമുതൽ ഓരോ അടിയും മുന്നേറിയത് ശത്രുക്കളോടു പൊരുതിക്കൊണ്ടാണ്. ആ പോരാട്ടത്തിന്റെ കഥകളിലേക്കാണ് ഇനി ഞാൻ പോകുന്നത്.

7

ഞങ്ങൾ വിജയത്തിലേക്ക്

ദേശീയതലത്തിൽ യൂണിയൻകുറിച്ച ലക്ഷ്യം - രാജ്യത്താകെ 11 സംഘം എന്നത്- നേടാൻ 15 മാസം വേണ്ടിവന്ന കാര്യമാണ് കഴിഞ്ഞ അദ്ധ്യായത്തിൽപ്പറഞ്ഞത്. യൂണിയന്റെ ബാക്കിയുള്ള ലക്ഷ്യങ്ങൾ നേടാൻ പിന്നെയും വൈകി. കോഫീ ബോർഡ് പിരിച്ചുവിട്ട മുഴുവൻ പേർക്കും ജോലികൊടുക്കാൻ പിന്നെയും കാത്തിരിക്കേണ്ടിവന്നു. സംഘങ്ങൾ സാമ്പത്തിക വിജയത്തിലെത്താനാകട്ടെ കൊല്ലങ്ങൾതന്നെ വേണ്ടിവരികയും ചെയ്തു. അതിനിടെ ഞങ്ങൾ പലതും പലതും അനുഭവിച്ചു. പഴയ ശത്രുവായ ബോർഡ് മുതൽ കാലാകാലങ്ങളിൽ ഉയർന്നുവന്ന പുതിയ ശത്രുക്കൾവരെയുള്ള ഒരുവലിയ നിരയെത്തന്നെ ഞങ്ങൾക്കു നേരിടേണ്ടിവന്നു.

ബോർഡിന്റെ കുതന്ത്രം

നിങ്ങൾ വിശ്വസിക്കുമോ— തൊഴിലാളികളുടെ കോഫീ ഹൗസുകളെ തകർക്കാൻ ഒരിക്കൽക്കൂടി ബോർഡ് ശ്രമിച്ചുവെന്നു പറഞ്ഞാൽ. അതുമുണ്ടായി. ബോർഡുകാർ പറഞ്ഞതെല്ലാം വിഴുങ്ങി. വീണ്ടും കോഫീ ഹൗസുകൾ തുറക്കാൻ തീരുമാനിച്ചു. അതും പരമരഹസ്യമായി. മറ്റൊന്നുകൂടി കേൾക്കണോ? ഇന്ത്യയിൽ ഏറ്റവും വിജയകരമായി കോഫീ ഹൗസുകൾ പ്രവർത്തിച്ചിരുന്ന തൃശൂർ സംഘത്തിന്റെ പ്രവർത്തനമേഖലയായ തെക്കൻ കേരളമായിരുന്നു ഈ പരീക്ഷണത്തിന് അവർ തെരഞ്ഞെടുത്തത്. കോഫീ ഹൗസ് തുറക്കാൻ അവർ കണ്ട ഒരിടം തിരുവനന്തപുരമായിരുന്നു. മറ്റൊരിടം എറണാകുളവും. രണ്ടിടത്തും ബോർഡ്, കോഫീ ഹൗസിന് സ്ഥലം അന്വേഷിക്കാൻ തുടങ്ങി. ഞങ്ങൾ എങ്ങനെയോ അതറിഞ്ഞു.

സംഘം സെക്രട്ടറിയെന്ന നിലയ്ക്ക് ഞാൻ ഇക്കാര്യം കമ്പിവഴി ഞങ്ങളുടെ സംഘങ്ങളുടെ കേന്ദ്ര സംഘടനയായ ഫെഡറേഷനെ അറിയിച്ചു. ഫെഡറേഷന്റെ അന്വേഷണത്തിന്റെ ഫലം ഞെട്ടിക്കുന്നതായിരുന്നു. ആദ്യം ചിലയിടങ്ങളിലും പിന്നീട് രാജ്യമൊട്ടാകെയും കോഫീ ഹൗസ് തുറക്കാൻ ബോർഡ് തീരുമാനിച്ചിരിക്കുന്നു!

വീണ്ടും സംഘടനയിലേക്ക്

ഫെഡറേഷൻ— ഈ കഥയിലിതുവരെ പറയാത്ത പേരാണത്. ഇന്ത്യയിലാകെ തൊഴിലാളി കോഫീ ഹൗസുകൾ നടത്തുന്ന സഹകരണ സംഘങ്ങളുടെ കേന്ദ്ര സംഘമാണത്. മുഴുവൻപേര് ഇന്ത്യാ കോഫീ ബോർഡ് കോ-ഓപ്പറേറ്റീവ് സൊസൈറ്റീസ് ഫെഡറേഷൻ. എല്ലായിടത്തും സംഘങ്ങളുണ്ടായതിനു പിന്നാലേ ഞങ്ങൾ അങ്ങനെയൊരു വേദിയുണ്ടാക്കിയിരുന്നു.

ഇന്ത്യയിലാകെ ഒറ്റ സംഘത്തിനുകീഴിൽ കോഫീ ഹൗസുകൾ നടത്താനാണ് ആദ്യമേ ഞങ്ങൾ ആലോചിച്ചത്. അതിന് നിയമമില്ലാത്തതുകൊണ്ടാണ് ഓരോ പ്രദേശത്തും ഓരോ സംഘമുണ്ടാക്കേണ്ടിവന്നത്. എങ്കിലും ഒന്നിച്ചു പ്രവർത്തിക്കണമെന്ന് ഞങ്ങൾ അന്നേ തീരുമാനിച്ചിരുന്നു.

തൊഴിലാളികളുടെ കോഫീ ഹൗസുകൾ യാഥാർത്ഥ്യമായതോടെ 1959 ൽ യൂണിയന്റെ സെൻട്രൽ ഓർഗനൈസിങ് കമ്മിറ്റി പ്രവർത്തനം നിർത്തിയിരുന്നു. അതുമുതൽ സംഘങ്ങൾക്ക് ഒരു ഏകോപന കേന്ദ്രം വേണമെന്ന തോന്നൽ ഞങ്ങളിലുണ്ടായിരുന്നു. എന്നാൽ, സംഘങ്ങൾ കെട്ടിപ്പടുക്കുന്ന തിരക്കുകൊണ്ട് അതു നടന്നില്ല.

സംഘങ്ങളും കോഫീ ഹൗസുകളും നടത്തി ഞങ്ങൾക്കു സ്വസ്ഥമായിക്കഴിയാനാകില്ല എന്ന് വളരെ പെട്ടെന്നുതന്നെ ബോദ്ധ്യമായി. നിലനില്ക്കാൻപോലും ഞങ്ങൾ സംഘടിച്ചുതന്നെ നില്ക്കണമെന്നും ഞങ്ങൾക്കു മനസ്സിലായി. ബോർഡിൽനിന്ന് കിട്ടേണ്ട ആനുകൂല്യങ്ങൾ കിട്ടുന്നതിനുമുതൽ ബാലാരിഷ്ടതകളിൽ നിരങ്ങുന്ന സംഘങ്ങൾക്കു ദിശാബോധം നല്കുന്നതിനുവരെ അതാവശ്യമായിരുന്നു.

1959 ജനുവരി 25 ന് സംഘം പ്രതിനിധികളുടെ യോഗം കോഴിക്കോട്ട് കൂടി. സംഘങ്ങളുടെ അഖിലേന്ത്യാ ഫെഡറേഷൻ ഉണ്ടാക്കാൻ യോഗം തീരുമാനിച്ചു. എ കെ ജി ചെയർമാനും വി രാമൻ നായർ കൺവീനറുമായി ഒൻപതംഗ അഡ്ഹോക് കമ്മിറ്റിയുമുണ്ടാക്കി. എന്നാൽ, കമ്മിറ്റി ഫലപ്രദമായി പ്രവർത്തിച്ചില്ല. സംഘങ്ങൾക്ക് അവരവരുടെ ജോലിതന്നെ പിടിപ്പതുണ്ടായിരുന്നു.

1960 ജൂണിൽ അന്നേക്ക് പ്രവർത്തനം നിലച്ചിരുന്ന യൂണിയന്റെ സെൻട്രൽ ഓർഗനൈസിങ് കമ്മിറ്റി യോഗം ബാംഗ്ലൂരിൽ ഒരിക്കൽക്കൂടി കൂടി. സംഘം സെക്രട്ടറിമാരും ഈ യോഗത്തിൽ പങ്കെടുത്തു. എ കെ ജിയും

ഉണ്ടായിരുന്നു. ഇന്ത്യയിലെ കോഫീ ഹൗസുകൾക്ക് പൊതു മുഖമുണ്ടാക്കാനുള്ള തീരുമാനങ്ങൾ യോഗത്തിലെടുത്തു.

1960 ഡിസംബർ 17 ന് ദില്ലിയിൽ ചേർന്ന യോഗം ഓൾ ഇന്ത്യാ കോഫീ വർക്കേഴ്സ് കോ-ഓപ്പറേറ്റീവ് സൊസൈറ്റീസ് ഫെഡറേഷന് രൂപംകൊടുത്തു. ഭാരവാഹികളായി പി എൻ എസ് പിള്ള (ചെയർമാൻ), ടി പി രാഘവൻ (ഡെപ്യൂട്ടി ചെയർമാൻ), സി കെ സുബ്രഹ്മണ്യൻ, എം ഗോപിനാഥൻ നായർ, കെ ജി പണിക്കർ (ഡയറക്ടർ ബോർഡ് അംഗങ്ങൾ) എന്നിവരെ തെരഞ്ഞെടുത്തു. വി രാമൻ നായരെ സെക്രട്ടറിയായും നിശ്ചയിച്ചു. യോഗത്തിൽ എ കെ ജിയും സുഭദ്രാ ജോഷിയും പങ്കെടുത്തിരുന്നു.

ഡിസംബർ 20 ന് ഫെഡറേഷൻ ഭാരവാഹികൾ സുഭദ്രാ ജോഷി എം പിയുടെ നേതൃത്വത്തിൽ കേന്ദ്രവാണിജ്യ മന്ത്രിയെക്കണ്ട് കോഫീ ബോർഡിനെതിരെ പരാതിപ്പെട്ടു. സംഘങ്ങൾക്കു കാപ്പിക്കുരു കിട്ടാത്തതു മുതൽ ബോർഡ് സ്വകാര്യ കോഫീ ഹൗസുകൾക്കു നല്കുന്ന പ്രോത്സാഹനംവരെ പരാതിയിൽ വിഷയമായി. ഇത് തൽക്ഷണം ഫലമുണ്ടാക്കുകയും ചെയ്തു.

അവിടെനിന്നങ്ങോട്ട് ഇന്ത്യയിലെ തൊഴിലാളി കോഫീ ഹൗസുകളുടെ ദേശീയകൂട്ടായ്മയുടെ വേദിയും സമരസംഘടനയുമായി ഫെഡറേഷൻ.

സ്ഥാപനനടത്തിപ്പിനിടെ സംഘടനാപ്രവർത്തനങ്ങളിലേക്കു മടങ്ങിവരികയായിരുന്നു ഞങ്ങൾ. കോഫീ ഹൗസ് 'മുതലാളി'മാരായതോടെ ഞങ്ങൾ കച്ചവടക്കാരായി മാറുകയായിരുന്നില്ല. റസ്റ്റോറന്റ് മുതലാളിമാരുടെയോ വാണിജ്യ സ്ഥാപനമുടമകളുടെയോ സംഘടനകളിലേക്കല്ല ഞങ്ങൾ പോയത്.

കയറിവന്ന പടികൾ എല്ലാവരും തിരിഞ്ഞുനോക്കണം. വ്യക്തികളും പ്രസ്ഥാനങ്ങളുമൊക്കെ. പിന്നിട്ട വഴി മറക്കാത്തതുകൊണ്ടാണ് ഞങ്ങൾക്ക് ഇങ്ങനെ പെരുമാറാൻ കഴിഞ്ഞത്. ഞങ്ങളിൽ എന്നും അടിമയെപ്പോലെ പണിയെടുത്തു ജീവിതം തുടങ്ങിയ ഒരു തൊഴിലാളിയുണ്ടായിരുന്നു. കോഫീ ഹൗസ് നടത്തുമ്പോഴും ഞങ്ങളിൽ ഒരു കമ്യൂണിസ്റ്റുകാരനും ഒരു ട്രേഡ് യൂണിയൻപ്രവർത്തകനുമുണ്ടായിരുന്നു. താഴെയുള്ളവരെ ശിക്ഷിക്കുമ്പോൾപ്പോലും ഞങ്ങളിൽ പണിപോയി തെരുവിലിറങ്ങേണ്ടി വന്ന ഒരു കുടുംബനാഥനുണ്ടായിരുന്നു. അതുകൊണ്ടാണ് ഞങ്ങൾക്ക് ജയിച്ച സ്ഥാപനമടുമകളും മേലുദ്യോഗസ്ഥരുമാകാൻ കഴിഞ്ഞത്.

ബോർഡ് തോല്ക്കുന്നു

വീണ്ടും കോഫീ ഹൗസ് തുറക്കാനുള്ള ബോർഡിന്റെ നീക്കം തൊഴിലാളികളുടെ വയറ്റത്തടിക്കുന്ന തീരുമാനമായിത്തന്നെ ഫെഡറേഷൻ കണ്ടു. പൊതുമേഖലയും സഹകരണമേഖലയും തമ്മിൽ സംഘർഷമു

ണ്ടാക്കി തൊഴിലാളി കോഫീ ഹൗസുകളെ ക്ഷീണിപ്പിക്കുന്ന ഈ നീക്കത്തിനെതിരെ ഫെഡറേഷൻ കടുത്ത നിലപാടെടുത്തു. ആയിരത്തോളം കുടുംബങ്ങളുടെ ഈ ജീവൽപ്രശ്നം ഏറ്റെടുക്കാൻ ഫെഡറേഷന് എന്നും മാർഗ്ഗദർശിയും കോൺഗ്രസ് നേതാവുമായ സുഭദ്രാ ജോഷി തന്നെ രംഗത്തുവന്നു. തുടർന്ന് ബോർഡ് ആ നീക്കം ഉപേക്ഷിച്ചു. കോൺഗ്രസ് നയിക്കുന്ന കേന്ദ്ര സർക്കാർതന്നെ ബോർഡിനെ പിന്തിരിപ്പിക്കുന്ന നിലപാടെടുത്തു. ഒരു പ്രായശ്ചിത്തം!

പിന്നീട് ബോർഡ് അങ്ങിങ്ങ് കോഫീ ഹൗസുകൾ തുറന്നിട്ടുണ്ട്. പക്ഷേ, ഇന്ത്യയിലാകെ കോഫീ ഹൗസ് തുറന്നുകൊണ്ട് ഞങ്ങളെ ഒരിക്കൽക്കൂടി കഷ്ടത്തിലാക്കാനുള്ള ശ്രമം അന്നുതന്നെ അവർക്കു പരണത്തുവയ്ക്കേണ്ടിവന്നു. കോഫീ ഹൗസുകളുടെ കുത്തക തൊഴിലാളികളിൽനിന്ന് തട്ടിപ്പറിക്കാനുള്ള നീക്കം തോറ്റുതൊപ്പിയിട്ടു.

ചരിത്രത്തിലിടപെട്ട് ഞാൻ ഒരിക്കൽക്കൂടി ചിലതു ചോദിക്കട്ടെ: കോഫീ ഹൗസുകൾ വീണ്ടും തുറന്നത് ശരിക്കും ബോർഡിന്റെ പരാജയമല്ലേ? എന്തിനു വേണ്ടിയായിരുന്നു അവർ കോഫീഹൗസുകൾ അടച്ചത്? എന്തിനുവേണ്ടിയായിരുന്നു അവർ ഞങ്ങളെ തെരുവിലിറക്കിവിട്ടത്? രണ്ടിനും പറഞ്ഞ ന്യായങ്ങൾ വിഴുങ്ങിക്കൊണ്ടല്ലേ കോഫീ ഹൗസുകൾ അവർ തുറന്നത്? അതോടെ അമ്പത്തേഴിൽ ബോർഡ് പറഞ്ഞത് തെറ്റും ഞങ്ങൾ പറഞ്ഞതു ശരിയുമാണെന്നു തെളിഞ്ഞില്ലേ? കോഫീ ഹൗസുകളുടെ ദൗത്യം തീർന്നിട്ടില്ലെന്നതിന്റെ, സർക്കാർ കോഫീ ഹൗസുകൾ നടത്തേണ്ടതുണ്ടെന്നതിന്റെ സമ്മതമായിരുന്നില്ലേ ആ നടപടി? ചരിത്രം വിധിയെഴുതട്ടെ.

ബോർഡിന്റെ രണ്ടാംനീക്കം

ഫലത്തിൽ തൊഴിലാളി കോഫീ ഹൗസുകൾക്കെതിരാവുന്ന മറ്റൊരു നീക്കവും ബോർഡിൽനിന്നുണ്ടായി. തൊഴിലാളി കോഫീ ഹൗസുകളെ നയിക്കുന്നവരെ തിരിച്ചെടുക്കാൻ ബോർഡ് തീരുമാനിച്ചു. ബോർഡ് വിളിച്ചപ്പോൾ ചിലർ പോവുകയും ചെയ്തു. പ്രസ്ഥാനത്തിന്റെ അന്തിമ വിജയം ഉറപ്പില്ലാതിരുന്നവരായിരുന്നു മിക്കവരും. ചിലരാകട്ടെ കേന്ദ്ര സർക്കാർ വക ബോർഡിലെ ജോലി വലിയൊരു കാര്യമായിക്കണ്ടവരും. ശമ്പളം കൃത്യമായി കൊടുക്കാൻ കഴിയാത്ത സ്ഥാപനത്തിൽനിന്ന് ശമ്പളത്തിനുറപ്പുള്ള സ്ഥാപനം വിളിച്ചപ്പോൾ അവർ പോയി എന്നതാണ് ചുരുക്കം. ഈ കഥയിലെ മാപ്പുസാക്ഷികളാണവർ.

ഇവർക്കൊപ്പം എനിക്കും ബോർഡിന്റെ ക്ഷണം കിട്ടി. ആന്ധ്രാപ്രദേശിലെ വിശാഖപട്ടണത്തെ കോഫീ ഡിപ്പോയിലായിരുന്നു നിയമനം. അതൊരു വല്ലാത്ത അനുഭവമായിരുന്നു - പൊയ്പ്പോയതു തിരിച്ചുകിട്ടുമ്പോഴത്തെ ആഹ്ലാദം. ഒപ്പം, അതൊരു പ്രലോഭനവുമായിരുന്നു. പക്ഷേ, ഞാൻ അതു വേണ്ടെന്നുവച്ചു. ബോർഡിന്റെ ശീതളഛായയുപേക്ഷിക്കാൻ

എനിക്കു തെല്ലും ആലോചിക്കേണ്ടിവന്നില്ല. സംഘത്തിലെ പരാജയസാദ്ധ്യതയും പണിക്കൂടുതലും പ്രാരബ്ദ്ധങ്ങളും, അതിലെ വീറുള്ള സ്വാതന്ത്ര്യത്തിനുവേണ്ടി, അനുഭവിക്കാൻ എനിക്കു സന്തോഷമായിരുന്നു. കാലം കുറേക്കഴിഞ്ഞപ്പോൾ ബോർഡിൽപ്പോയ രണ്ടുപേർക്കെങ്കിലും അതു പോഴത്തമാണെന്നു തോന്നി. കെ പങ്കജാക്ഷൻ നായരും പി കെ തങ്കപ്പൻ നായരുമായിരുന്നു തിരിച്ചുവരാൻ മോഹമറിയിച്ചത്. അവരെ സന്തോഷത്തോടെ തിരിച്ചെടുത്തു തൃശൂർ സംഘം. തീർന്നില്ല, ആ സഖാക്കൾക്ക് പഴയ സർവ്വീസ് അനുവദിച്ചു കൊടുക്കാനും ഞങ്ങൾ മറന്നില്ല.

ഞങ്ങളുടെ വലിയ നേട്ടങ്ങളാണിവ. പഞ്ഞംപിന്നിടാതിരുന്ന കാലത്തുപോലും ഞങ്ങളിൽ പലരെയും തിരിച്ചുകൊണ്ടുപോകാൻ ബോർഡിനു കഴിഞ്ഞില്ലല്ലോ! അങ്ങനെ പോയവരിൽപ്പോലും ചിലർക്കെങ്കിലും ബോർഡിനേക്കാൾനന്ന് ഞങ്ങളുണ്ടാക്കിയെടുത്ത സ്ഥാപനമാണെന്നു പിന്നീടു തോന്നുകയും ചെയ്തല്ലോ!

ബോർഡിന്റെ ചെയ്തികളിൽ ഇന്നെനിക്ക് ഒരത്ഭുതവുമില്ല. ഇതൊരു യുദ്ധമാണ് - രണ്ടു താല്പര്യങ്ങളുടെ ഏറ്റുമുട്ടൽ. അത് തുടർന്നുകൊണ്ടേയിരിക്കും. സമൂഹത്തിൽനിന്ന് ഞങ്ങൾക്കു കിട്ടിയ അനുഭവവും അതു തന്നെയാണ് തെളിയിച്ചത്. ഞങ്ങൾക്ക് നാട്ടുകാരിൽ നിന്നുകിട്ടിയ എതിർപ്പിനെയും എതിരേല്പിനെയുംകുറിച്ചാണ് ഇനി പറയാനുള്ളത്.

ശത്രുപീഡയുടെ ഓർമ്മകൾ

തൊഴിലാളികളുടെ കോഫീ ഹൗസുകൾക്ക് ബോർഡിനുപുറത്തും 'ശത്രു'ക്കളുണ്ടായിരുന്നു— രാഷ്ട്രീയ ശത്രുക്കൾ. പങ്കപ്പാടിൽ നട്ടംതിരിഞ്ഞ ആദ്യകാലത്ത് ഞങ്ങൾ തകർന്നുകാണാൻ അവർ പലതും ചെയ്തു. വിമോചനസമരകാലത്ത് തൃശൂർ കോഫീ ഹൗസിനു ഭീഷണിയുണ്ടായി. കോഫീ ഹൗസ് തല്ലിത്തകർക്കുമെന്ന് പട്ടണത്തിൽ കിംവദന്തിപരന്നു. അവരെ അതിനു പ്രേരിപ്പിച്ചത് എന്താണാവോ? കമ്യൂണിസ്റ്റ് ബന്ധം ഞങ്ങളിൽച്ചിലർക്കുണ്ടായിരുന്നു. എന്നാൽ, കോഫീ ഹൗസ് അതിനൊക്കെ അതീതമായാണ് നടന്നിരുന്നത്. വിമോചനസമരത്തിനു പിന്നിലുണ്ടായിരുന്ന ഏതെങ്കിലും ദുരമൂത്ത മുതലാളിമാരുടെ താല്പര്യമായിരുന്നിരിക്കാം ആ ഭീഷണിക്കുപിന്നിൽ. കേട്ടുകേഴ്വി പതിയെപ്പതിയേ ശക്തമായി. ആക്രമണമുണ്ടാകുമെന്നു വ്യക്തമായ സൂചനയും കിട്ടി. പിന്നീടാണ് അതുണ്ടായത്— കോഫീ ഹൗസിനു കാവൽ നില്ക്കാൻ കമ്യൂണിസ്റ്റുകാർ! ഞങ്ങളെ വല്ലാതെ സ്പർശിച്ച സ്നേഹപ്രകടനമായിരുന്നു അത്. കോഫീ ഹൗസ് കമ്യൂണിസ്റ്റുകാരുടെ കാവലിലായതോടെ ഭീഷണിക്കാർ വാലും ചുരുട്ടി മാളങ്ങളിലേക്കു വലിയുകയും ചെയ്തു. തൃശൂർപട്ടണത്തിലെ ഉശിരന്മാരായ കമ്യൂണിസ്റ്റ് പ്രവർത്തകർ ഇ കെ മേനോൻ, കോമ്പാറ അന്തോണി, പി ആർ ഗോപാലൻ എന്നിവരായിരുന്നു അതിന് മുന്നിട്ടിറങ്ങിയത്. ഇവരിൽ മേനോൻ പില്ക്കാലത്ത് തൃശൂരിൽനിന്നുള്ള എം എൽ

എ ആയി. കോമ്പാറ തൃശൂർ മുനിസിപ്പൽ കൗൺസിലറായി. ഗോപാലൻ അയ്യന്തോൾ പഞ്ചായത്ത് അംഗമായിരുന്നു. മൂവരും ഇന്ന് ജീവിച്ചിരിപ്പില്ല.

കോഫീ ഹൗസ് അടിച്ചു തകർക്കാൻ കഴിഞ്ഞില്ലെങ്കിലും ശത്രുക്കൾ മറ്റു ചിലതുചെയ്തു. കോഫീ ഹൗസിൽനിന്നു കാപ്പി കുടിക്കരുതെന്നു പള്ളികളിൽ വിളിച്ചു പറഞ്ഞു. അവനവന്റെ നെറ്റിയിലെ വിയർപ്പുകൊണ്ട് അപ്പംതിന്നുന്ന പാവപ്പെട്ട ഞങ്ങൾക്കെതിരെ എന്തിനു പള്ളി തിരിഞ്ഞു വെന്നത് അജ്ഞാതമാണ്. എന്നാൽ, ഞങ്ങളെ ആവേശഭരിതരാക്കി ക്കൊണ്ട് കോഫീ ഹൗസിൽ പരസ്യമായിവന്ന് കാപ്പികുടി തുടർന്ന ക്രിസ്തീയവിശ്വാസികളുണ്ട്. അത്ര നെഞ്ചൂക്കില്ലാത്ത ചിലർ, രഹസ്യമായി ജോലിക്കാരെക്കൊണ്ട് കാപ്പി വരുത്തിക്കുടിച്ചു; ആ വിവരം ഞങ്ങളെയറി യിച്ചു രസിച്ചു.

അവസാനം, ഞങ്ങളെ തോല്പിക്കാൻ പള്ളിപക്ഷക്കാർ മുൻകൈ യെടുത്ത് തൃശൂരിൽ ഒരു കോഫീ ഹൗസ് തുറന്നു— 'കഫേ കാസിനോ.' വില്യംസ് സായു നടത്തിയിരുന്ന സെൻട്രൽ ഹോട്ടലിനു ബദലായി, നാടൻ പണക്കാർ തുടങ്ങിയതാണ് 'കഫേ കാസിനോ' എന്ന ഒരു സമാന്തര കഥ യുമുണ്ട്. ഇത്തരം കാര്യങ്ങൾ കൃത്യമായി ആരുംപറഞ്ഞു നടക്കാറില്ലല്ലോ. അതുകൊണ്ട് കഫേ കാസിനോയുടെ ജന്മരഹസ്യം ഇപ്പോഴും അജ്ഞാ തമാണ്. പക്ഷേ, കോഫീ ഹൗസിനു ബദലായാണ് ആ സ്ഥാപനം പ്രവർത്തിച്ചത്. എന്നാൽ കോഫീ ഹൗസിനെ തകർക്കാനോ തളർത്താനോ കഫേ കാസിനോയ്ക്കു കഴിഞ്ഞില്ല.

കോഫീ ഹൗസിനു ഭീഷണിയുണ്ടാക്കിയ മറ്റൊരു കൂട്ടർ ഉദ്യോഗ സ്ഥരാണ്. പ്രോവിഡന്റ് ഫണ്ടുകാർ ഞങ്ങളെ നട്ടംതിരിച്ചു. സംഘത്തിൽ പ്രോവിഡന്റ് ഫണ്ട് വേണമെന്ന് അവർക്കു വാശിയായിരുന്നു. സംഘം മെച്ചപ്പെട്ടിട്ടാകാം അത് എന്ന നിലപാട് തൊഴിലാളികളും എടുത്തു. ഫലം ഭൂകമ്പമായിരുന്നു. 1962 ഒക്ടോബറിൽ പ്രോവിഡന്റ് ഫണ്ട് കുടിശ്ശികയീ ടാക്കാൻ തൃശൂർ തഹസീൽദാർ ജപ്തിക്കുത്തരവിട്ടു. സംഘവും ഫെഡ റേഷനും എ കെ ജിയും ചേർന്ന് ഇതിനെതിരെ കേന്ദ്രസർക്കാരിൽ പരാ തിപ്പെട്ടു. ഒടുവിൽ ഞങ്ങളുടെ യുക്തി കേന്ദ്രസർക്കാരിന് അംഗീകരിക്കേ ണ്ടിവന്നു. നിയമം തോറ്റു. നീതി ജയിച്ചു. പിന്നീട് സംഘം മെച്ചപ്പെട്ട പ്പോൾ 1964 ജൂലൈ ഒന്നിന് ഞങ്ങൾ പ്രോവിഡന്റ് ഫണ്ട് നടപ്പാക്കുകയും ചെയ്തു.

ലേബർ വകുപ്പ് ഞങ്ങൾക്ക് എന്നും തലവേദനയായിരുന്നു. നിത്യേന കോഫീ ഹൗസിൽ കയറിയിറങ്ങുക, പരിശോധന നടത്തുക, കോഫീ ഹൗസ് എങ്ങനെ നടത്തണമെന്ന് കല്പിക്കുക ഇതൊക്കെയായിരുന്നു അവരുടെ വിനോദങ്ങൾ. ലേബർ സെക്രട്ടറി എം എസ് കെ രാമസ്വാമി യാണ് ഇതിനു വിരാമമിട്ടത്.

പിന്നീട് ഉയർന്നുവന്ന പ്രശ്നം ശമ്പളം പറ്റുന്ന ജീവനക്കാർ ഭരണ സമിതിയിൽവന്നുകൂടാ എന്ന നിയമമായിരുന്നു. സഹകരണസംഘം

തൊഴിലുടമയും ജീവനക്കാർ അവരുടെ ശമ്പളക്കാരുമായിവരുന്ന സാധാരണ സഹകരണസംഘങ്ങൾക്കുള്ള നിയമമാണത്. ജോലിക്കാർതന്നെ സംഘാംഗങ്ങളായ ഞങ്ങൾക്ക് അതു ബാധകമാക്കാനാവില്ല. പക്ഷേ, ഉദ്യോഗസ്ഥ ദുഷ്പ്രഭുക്കൾ യാന്ത്രികമായി നിയമം വ്യാഖ്യാനിച്ച് കേരളത്തിലെ രണ്ടു സംഘങ്ങളെയും വേട്ടയാടി. ഈ പ്രശ്നത്തിലും എ കെ ജിയും സുഭദ്രാ ജോഷിയും ഇടപെട്ടു. സുഭദ്രാ ജോഷി കേരളത്തിൽ വന്നു. തലശ്ശേരി സംഘം സെക്രട്ടറി ടി പി രാഘവനെയും എന്നെയും കൂട്ടി അന്നത്തെ ഗവർണർ ഭഗവാൻ സഹായിയെ നേരിട്ടുകണ്ടു. കാര്യങ്ങൾ അദ്ദേഹത്തിനു ബോദ്ധ്യപ്പെട്ടു. അന്നു ഗവർണർ ഭരണമായിരുന്നു. അതുകൊണ്ട് തീരുമാനം അദ്ദേഹത്തിനുതന്നെ എടുക്കാൻ കഴിഞ്ഞു. നിയമത്തിന്റെ പരിധിയിൽനിന്ന് തൃശൂർ—തലശ്ശേരി സംഘങ്ങളെ ഒഴിവാക്കിത്തന്നു.

ഉദ്യോഗസ്ഥർ എന്നും ഞങ്ങൾക്കെതിരായിരുന്നു. ഞങ്ങൾ 'കിമ്പളം' കൊടുക്കില്ലല്ലോ. ഞങ്ങളുടെ ഭക്ഷ്യവസ്തുക്കളുടെ ഫോർമുലക്കെതിരെ തുരുതുരെ വന്ന കേസുകൾ അതിന്റെ ഫലമായിരുന്നു. കേരളത്തിലെ ഒന്നാംകിട വക്കീലന്മാർ ഞങ്ങൾക്കുവേണ്ടി ഹാജരായി. ആ നിരനോക്കൂ തൃശൂരിൽ പി അയ്യപ്പൻ, കെ ബി വീരചന്ദ്രമേനോൻ, എ എസ് മേനോൻ, കൊല്ലത്ത് ജി ജനാർദ്ദനക്കുറുപ്പ്, കോട്ടയത്ത് കുമരകം ശങ്കുണ്ണി മേനോൻ, ചങ്ങനാശ്ശേരിയിൽ എം കല്യാണകൃഷ്ണൻ നായർ, ആലപ്പുഴയിൽ കെ വി രാമകൃഷ്ണൻ, തിരുവനന്തപുരത്ത് വർക്കല രാധാകൃഷ്ണൻ. ഒന്നൊഴിയാതെ എല്ലാ കേസുകളും ഞങ്ങളുടെ വിജയത്തിൽ അവസാനിക്കുകയും ചെയ്തു.

ഞങ്ങളെ കൂട്ടായി കോഫീ ബോർഡ് തെരുവിലേക്കിറക്കിവിട്ടപ്പോൾ ഒന്നും ചെയ്യാതിരുന്ന നിയമമാണ് പില്ക്കാലത്ത് ഞങ്ങളുടെനേരെ വടിയുമെടുത്തുവന്നത്! ഈ കാര്യങ്ങളിൽ ഞങ്ങൾക്ക് അന്തിമമായി നീതി കിട്ടി എന്നതാണു സത്യം. പക്ഷേ, അതിനുമുമ്പ് ഞങ്ങൾ സഹിച്ച പങ്കപ്പാടു ചെറുതല്ല. ഞങ്ങളെ പിന്തുണയ്ക്കാൻ ചിലരൊക്കെയുണ്ടായതുകൊണ്ട് ഈ വക പ്രശ്നങ്ങൾ ഒരുദുരന്തത്തിൽ കലാശിച്ചില്ല എന്നുമാത്രം. ജനപിന്തുണയില്ലാത്ത ഒരു കൂട്ടരായിരുന്നു ഞങ്ങളുടെ സ്ഥാനത്തെങ്കിൽ കോഫീ ഹൗസ് അടഞ്ഞുപോകുമായിരുന്നു.

ഞങ്ങൾ വേദനകൾ അതിജീവിച്ചത് ഞങ്ങളുടെ കഴിവുകൊണ്ടല്ല. ഒറ്റയ്ക്കായിരുന്നില്ല എന്നതുകൊണ്ടാണ്. സമൂഹത്തിന്റെ നാനാഭാഗത്തുനിന്നും ഞങ്ങൾക്കു കിട്ടിയ തുണ, ഞങ്ങൾക്കു മൃതസഞ്ജീവനിയായി മാറിയ സാമൂഹികപിന്തുണ, അതിനെക്കുറിച്ചാണ് ഇനിയെനിക്കു പറയാനുള്ളത്.

ഞങ്ങളെ തുണച്ചവർ

വളരെ ചെറിയ സഹായങ്ങൾ മുതൽ വിലമതിക്കാനാവാത്ത വലിയ

രക്ഷാകർമ്മങ്ങൾവരെ ഞങ്ങളെ തുണച്ചിട്ടുണ്ട്. ഈ ചരിത്രം മുഴുവനാകാൻ അവയിൽ ചിലതെങ്കിലും പറയണം. അല്ല, ഞങ്ങളുടെ ജീവിത സമരത്തെ ആരാണു സഹായിച്ചത് എന്ന കാര്യം ചരിത്രരേഖയായിത്തന്നെ തീരണം.

കേരളത്തിലെ ആദ്യ തൊഴിലാളി കോഫീ ഹൗസ് തുറക്കാൻ കഴിഞ്ഞതുതന്നെ, വളരെ വളരെ വലിയ ഒരു കരുണകൊണ്ടാണ്. തൃശൂരിൽ ബോർഡിന്റെ കോഫീ ഹൗസ് നടന്നിരുന്ന സ്ഥലം അന്നത്തെ ഒന്നാംകിട പ്രസാധകസ്ഥാപനമായ മംഗളോദയത്തിന്റേതായിരുന്നു. സ്വന്തമായി പുസ്തകശാല തുടങ്ങാനുള്ള തീരുമാനം മാറ്റിവച്ചാണ് അവർ ആ സ്ഥലം ഞങ്ങൾക്ക് വാടകയ്ക്കുതന്നത്. അതും തീരെക്കുറഞ്ഞ തുകയ്ക്ക്. അന്ന് ആ സഹായമുണ്ടായിരുന്നില്ലെങ്കിൽ ഞങ്ങളുടെ വേദനകൾ പത്തിരട്ടിയെങ്കിലും കൂടിയേനെ.

തമ്പുരാന്റെ കരുണ

മംഗളോദയം മാനേജിങ് ഡയറക്ടർ എ കെ ടി കെ എം വാസുദേവൻ നമ്പൂതിരിപ്പാടിനെ ഞങ്ങൾക്കു മറക്കാനാവില്ല. തൃശൂർ സംഘത്തിന് അദ്ദേഹം ചെയ്ത സഹായം അത്ര വലുതാണ്.

ബുക്ക് സ്റ്റാൾ തുടങ്ങാൻ ഉദ്ദേശിച്ച സ്ഥലം ഞങ്ങൾക്കു തരാൻ അദ്ദേഹം തീരുമാനിച്ച കഥ ഞാൻ പറഞ്ഞുകഴിഞ്ഞു. അതനുസരിച്ച് സ്ഥലമെടുക്കാൻ ഞങ്ങൾ ചെന്നപ്പോഴുണ്ടായ ഒരു സംഭവം കൂടി പറയാനുണ്ട്.

1958 ജനുവരി 18. അഡ്വാൻസ് കൊടുക്കാൻ കെ ആർ മാധവനും ഞാനും കൂടി നമ്പൂതിരിപ്പാടിനെ കാണാൻ ചെല്ലുന്നു. അദ്ദേഹം ഞങ്ങളോട് ഇരിക്കാൻ പറഞ്ഞു. ഞങ്ങൾ ചെന്നതിനുപിന്നാലേ, തൃശൂരിലെ കെ ആർ ബിസ്കറ്റ് സ്റ്റോർ മാനേജർ അമ്പാടിയും എത്തി. പില്ക്കാലത്ത് തൃശൂർ മേയറായ കോൺഗ്രസ് നേതാവ് കെ രാധാകൃഷ്ണൻ അമ്പാടിയുടെ മകനാണ്.

കോഫീ ഹൗസിന്റെ സ്ഥലം 100 രൂപ വാടകയും 300 രൂപ അഡ്വാൻസും നിശ്ചയിച്ച് ഞങ്ങൾക്കു നല്കാൻ തീരുമാനിച്ചെന്ന് നമ്പൂതിരിപ്പാട് അമ്പാടിയോടു പറഞ്ഞു. എന്താണ് അഭിപ്രായമെന്നും ചോദിച്ചു. ഈ തീരുമാനം വളരെ നല്ലതാണ് എന്നതായിരുന്നു അമ്പാടിയുടെ ഉത്തരം. കുറച്ചു തൊഴിലാളികൾ അതുകൊണ്ടു ജീവിക്കുമല്ലോ എന്നും അവർ നന്നായി വരട്ടെ എന്നും അമ്പാടി കൂട്ടിച്ചേർത്തു. പിന്നെ യാത്ര പറഞ്ഞു പോവുകയും ചെയ്തു.

അമ്പാടി പൊയ്ക്കഴിഞ്ഞപ്പോഴാണ് നമ്പൂതിരിപ്പാട് കാര്യം പറഞ്ഞത്. കെട്ടിടം 300 രൂപ മാസവാടകയ്ക്കും 3000 രൂപ അഡ്വാൻസിനും എടുക്കാനായിരുന്നു അമ്പാടി വന്നത്. അതും രൊക്കം കാശുമായി!

300 രൂപ അഡ്വാൻസ് നമ്പൂതിരിപ്പാടിനു കൊടുത്ത് സ്ഥലം വാടകയ്ക്കെടുത്ത് ആ മുറിക്കു പുറത്തിറങ്ങിയപ്പോൾ ഞങ്ങളുടെ കണ്ണു നിറ

ഞ്ഞിരുന്നു. നമ്പൂതിരിപ്പാടിന്റെ വലിയ മനസ്സിൽ ഞങ്ങളോട് എന്തോ ഒരുവല്ലാത്ത വാത്സല്യം തന്നെയുണ്ടായിരുന്നുവെന്ന് ഞാൻ കൃത്യമായി മനസ്സിലാക്കിയത് പിന്നെയും കുറേക്കാലം കഴിഞ്ഞാണ്.

1964 ൽ, അന്ത്യകാലത്ത് അദ്ദേഹം രോഗശയ്യയിൽ കഴിയുമ്പോൾ ഒരുദിവസം ഞാൻ കാണാൻ ചെന്നു. അദ്ദേഹത്തിന്റെ പിൻഗാമിയായി മംഗളോദയത്തിലെത്തിയ ചിറ്റൂർ നാരായണൻ നമ്പൂതിരിപ്പാടും അപ്പോൾ അവിടെയുണ്ടായിരുന്നു.

കോഫീ ഹൗസിനെപ്പറ്റി രണ്ടുകാര്യങ്ങൾ ഞാൻ നില്ക്കേ അദ്ദേഹം ചിറ്റൂർ നമ്പൂതിരിപ്പാടിനെ പറഞ്ഞേല്പിച്ചു. ഒന്ന്: കോഫീ ഹൗസിന് മംഗളോദയത്തിൽനിന്ന് ഒരു ദോഷവും ഒരുകാലത്തും ഉണ്ടാകരുത്. രണ്ട്: കോഫീ ഹൗസിന്റെ കെട്ടിടം എന്നെങ്കിലും വില്ക്കുന്നുണ്ടെങ്കിൽ കോഫീ ഹൗസിനു തന്നെ കൊടുക്കണം.

1948–50 കാലത്ത് തൃശൂർ കോഫീ ഹൗസിൽ ബോർഡിലെ നാലാം തരം തൊഴിലാളിയായിരിക്കേ ദിവസവും തമ്പുരാന് — അങ്ങനെയാണ് എല്ലാവരും അദ്ദേഹത്തെ വിളിക്കാറ്— സെറ്റ് കാപ്പി കൊണ്ടുപോയിക്കൊടുക്കാറുള്ളതാണ് ഞാൻ അപ്പോൾ ഓർത്തത്. മുൻഗാമിയുടെ രണ്ടു നിർദ്ദേശവും ചിറ്റൂർ നമ്പൂതിരിപ്പാട് അക്ഷരം പ്രതി അനുസരിച്ചു. മംഗളോദയവും കോഫീ ഹൗസും തമ്മിൽ എന്നും നല്ല ബന്ധമായിരുന്നു. ഇന്ന് തൃശൂർ കോഫീ ഹൗസ് പ്രവർത്തിക്കുന്ന സ്ഥലം സംഘത്തിന്റെ സ്വന്തമാണ്. ആ വലിയ മനുഷ്യന്റെ ഓർമ്മകൾക്കുമുന്നിൽ ഞാൻ ശിരസ്സുകുനിക്കട്ടെ.

കമ്യൂണിസ്റ്റ് പിന്തുണ

ഞങ്ങൾക്ക് ഏറ്റവും വലിയ തുണ കിട്ടിയതു കമ്യൂണിസ്റ്റ് പാർട്ടിയിൽ നിന്നാണ്. തൃശൂർ കോഫീ ഹൗസു തുറന്നതു മുതൽ എല്ലാ പ്രസംഗങ്ങളിലും എ കെ ജി ഞങ്ങളെപ്പറ്റി പറയുമായിരുന്നു. അങ്ങനെ കമ്യൂണിസ്റ്റുകാർക്ക് ഞങ്ങളോട് വികാരപരമായ ഒരടുപ്പമുണ്ടായി.

കേരളത്തിലെ പട്ടിണിപ്പാവങ്ങൾ അധികാരത്തിലേറ്റിയ ഒന്നാം കമ്യൂണിസ്റ്റ് മന്ത്രിസഭ ഞങ്ങൾക്ക് വില്പന നികുതിയിളവുതന്നു. മുഖ്യമന്ത്രി ഇ എം എസ് നമ്പൂതിരിപ്പാടാണ് അതിനു മുൻകൈയെടുത്തത്. 1960 ഒക്ടോബർ 31 വരെ ആ ആനുകൂല്യം തുടർന്നു. വലിയ വലിയ സഹായമായിരുന്നു അത്. എന്നാൽ, പിന്നീടുവന്ന മുഖ്യമന്ത്രിമാരായ പട്ടം താണുപിള്ളയും ആർ ശങ്കറും ആ ആനുകൂല്യം തടഞ്ഞു. ആദ്യത്തെ നിയമസഭാ സ്പീക്കർ ആർ ശങ്കരനാരായണൻ തമ്പി നിയമസഭാ ക്യാന്റീൻ അനുവദിച്ചുതന്നതും വലിയൊരു തുണയായി, ആദ്യത്തെ കമ്യൂണിസ്റ്റ് മന്ത്രിസഭയിൽ അംഗമായിരുന്ന പ്രൊഫസർ ജോസഫ് മുണ്ടശ്ശേരി ഞങ്ങൾക്കു ചെയ്തുതന്ന വിലമതിക്കാനാവാത്ത സഹായങ്ങൾ ഞാൻ നേരത്തേ പരാമർശിച്ചതാണ്.

ഈ സഹായങ്ങൾക്ക് ഞാൻ നന്ദിപറയുന്നത് അധികപ്പറ്റാകും. പകരം ആ ഓർമ്മ ഞാൻ ഈ ചരിത്രത്തിൽ കുറിച്ചിടുന്നു.

ശങ്കറിന്റെ കോപം

ഇന്ന് പുതിയ വ്യവസായങ്ങൾക്ക് നികുതിയിളവുണ്ട്. പത്തുകൊല്ലം വരെ നികുതിയിളവ് കൊടുത്താണ് വ്യവസായങ്ങൾ വളർത്തുന്നത്. അന്ന് ഇ എം എസ് തന്ന ആനുകൂല്യം രണ്ടുകൊല്ലം അനുഭവിക്കാനേ ഞങ്ങൾക്കു ഭാഗ്യമുണ്ടായുള്ളൂ. അതിന്റെ കാരണമാണ് വിചിത്രം.

ഇ എം എസ് അനുവദിച്ച ആനുകൂല്യത്തിന്റെ കാലാവധി 1960 ൽ കഴിഞ്ഞു. അതു പുതുക്കണമെന്ന ഞങ്ങളുടെ ആവശ്യം അന്നു മുഖ്യ മന്ത്രിയായിരുന്ന പട്ടം താണുപിള്ള തള്ളി. തുടർന്നുവന്ന മുഖ്യമന്ത്രി ആർ ശങ്കറിനു മുന്നിലും ഞങ്ങൾ ഈ ആവശ്യം ഉന്നയിച്ചു. തൃശൂർ തേക്കിൻകാട് മൈതാനത്ത് നടന്ന സഹകരണപ്രദർശനം സന്ദർശിക്കവേ ശങ്കർ ഞങ്ങളുടെ സ്റ്റാളിൽ എത്തിയപ്പോഴായിരുന്നു അത്.

നിവേദനം വായിച്ചുനോക്കി ശങ്കർ എന്നോടു പറഞ്ഞ മറുപടി തികച്ചും അപ്രതീക്ഷിതമായിരുന്നു. അഡ്വക്കേറ്റ് ടി കെ കൃഷ്ണനെ സംഘം പ്രസിഡന്റ് സ്ഥാനത്തുനിന്നു നീക്കിയാൽ ആവശ്യം അനുവദി ക്കാമെന്നായിരുന്നു ശങ്കർ ഒരു മറയുമില്ലാതെ പറഞ്ഞത്. ടി കെ പ്രമുഖ അഭിഭാഷകനും സഹകാരിയുമൊക്കെയാണെങ്കിലും കമ്യൂണിസ്റ്റ് നേതാ വായിരുന്നല്ലോ. അതായിരുന്നു ശങ്കർ ഉദ്ദേശിച്ചത്. സർക്കാരിൽനിന്നു ഞങ്ങൾക്കു ന്യായമായി കിട്ടേണ്ടതു തരാൻ ഒരു നാണംകെട്ട ഉപാധി വയ്ക്കുകയായിരുന്നു അദ്ദേഹം. സഹായത്തിനു വില ചോദിക്കുകയായി രുന്നു അദ്ദേഹം. ഒരേ സമയം ഒരു പ്രലോഭനവും ഭീഷണിയുമായിരുന്നു അത്. അദ്ദേഹം മുഖ്യമന്ത്രിയാണ്. ഞാൻ വെറും സഹകരണസംഘം സെക്രട്ടറിയും. എന്നിട്ടും എനിക്ക് ഒരു നിമിഷംപോലും ആലോചിക്കേ ണ്ടിവന്നില്ല. എന്റെയുള്ളിലെ കമ്യൂണിസ്റ്റുകാരൻ എനിക്കുവേണ്ടി മുഖ്യമ ന്ത്രിയോടു പറഞ്ഞു: "ടി കെയുടെ സേവനം കുറച്ചുകാലത്തേക്ക് ഞങ്ങൾക്ക് ആവശ്യമാണ്."

മുഖ്യമന്ത്രി പുഞ്ചിരിച്ചു; ഞാനും. അന്ന് അങ്ങനെയൊരു മറുപടി പറയാനുള്ള പ്രാപ്തിയും ഭദ്രതയും ഞങ്ങളുടെ ചെറിയ സംരംഭം കൈവ രിച്ചു കഴിഞ്ഞിരുന്നില്ല. എന്നിട്ടും ആ മറുപടി പറയാൻ കഴിഞ്ഞത് എന്റെ ജീവിതത്തിലെ ഏറ്റവും വലിയ അഭിമാനങ്ങളിലൊന്നാണ്.

ആ സംഭവത്തിനു ശേഷമെങ്കിലും ഞങ്ങളുടെ ആത്മാർത്ഥതയെയും ആർജ്ജവത്തെയും മാനിച്ച്, ആ ആനുകൂല്യം തരാൻ ശങ്കർക്കുതോന്നി യില്ല. അതിനായി ഞങ്ങൾ തരിമ്പുപോലും കീഴടങ്ങാൻ പോയതുമില്ല. ആനുകൂല്യം എന്നെന്നേക്കുമായി പോയ്പ്പോയിട്ടും ശങ്കറിനോടു പറഞ്ഞ ഉത്തരത്തിന്റെ പേരിൽ എനിക്കു നഷ്ടബോധമുണ്ടായില്ല. ആരാണു ബന്ധു വെന്നും ആരാണു ശത്രുവെന്നും ഒരിക്കൽക്കൂടി തിരിച്ചറിഞ്ഞുവെന്നു

മാത്രമേ എനിക്കു തോന്നിയുള്ളൂ.

ആ സംഭവം കഴിഞ്ഞിട്ട് അര നൂറ്റാണ്ടാകാറായിരിക്കുന്നു. കാര്യം പറയാതെ പട്ടം താണുപിള്ളയും കാര്യംപറഞ്ഞുകൊണ്ട് ആർ ശങ്കറും ഞങ്ങളോടു കാണിച്ച ദ്രോഹം ഞങ്ങൾ അതിജീവിച്ചിരിക്കുന്നു. പക്ഷേ, അവർ രണ്ടുപേരും അന്നു ഞങ്ങളോട് ചെയ്തത് ഞങ്ങളെ തകർക്കാൻ പോന്ന വലിയ ചതിയായിരുന്നുവെന്ന് ഞാൻ ഈ ചരിത്രത്തിലെഴുതി വയ്ക്കുകയാണ്. അവർ രണ്ടുപേരും കോഫീ ഹൗസിന്റെ കഥയിലെ വില്ല ന്മാരാണ്. കുറേ പാവപ്പെട്ട തൊഴിലാളികളുടെ കഞ്ഞിപ്പാത്രം കക്ഷി രാഷ്ട്രീയശത്രുത കാരണം തട്ടിയെറിയാൻ ശ്രമിച്ചുതോറ്റവരാണ്.

'ചെറിയ'വരുടെ വലിപ്പം

തൃശൂരിലെ ടാക്സി തൊഴിലാളികളായ സഖാക്കൾ ഇടപാടുകാരെ കോഫീ ഹൗസിൽത്തന്നെ എത്തിക്കാൻ ശ്രദ്ധിച്ചിരുന്നു. ആ സഹായ ത്തിന്റെ പിന്നിലുണ്ടായിരുന്ന ടാക്സി ഡ്രൈവേഴ്സ് യൂണിയൻ നേതാ ക്കളായ മാമ്പുള്ളി രാഘവനെയും ഭാസ്കരനെയും ഇവിടെ ഓർക്കാതിരി ക്കാൻവയ്യ. ഇവരിൽ മാമ്പുള്ളി രാഘവൻ പില്ക്കാലത്ത് പത്രപ്രവർത്ത കനായി മാറി. *നവജീവൻ, ഇടിവാൾ* തുടങ്ങിയ പത്രങ്ങൾ പുറത്തിറക്കി. ഇപ്പോൾ അദ്ദേഹം ജീവിച്ചിരിപ്പില്ല. ഭാസ്കരനെക്കുറിച്ച് ഏറെക്കാലമായി അറിവൊന്നുമില്ല.

ഇപ്പോൾ ഇതു വായിക്കുന്നവർക്ക് ടാക്സി തൊഴിലാളികൾ അന്നു ചെയ്തത് ഒരു വലിയ കാര്യമായിത്തോന്നില്ല. പക്ഷേ, തൃശൂർ കോഫീ ഹൗസിന്റെ ആദ്യദിവസങ്ങളിൽ അവരുടെ ഈ ചെറിയ സഹായംതന്നെ വലിയ തുണയായിരുന്നു. കാരണം, ഓരോ ദിവസവും അരിഷ്ടിച്ചാണ് ഞങ്ങൾ മുന്നോട്ടുപോയിരുന്നത്.

തൃശൂർ കോഫീ ഹൗസ് ഉദ്ഘാടന ദിവസമായ 1958 മാർച്ച് എട്ടിന് ഒരു മണിക്കൂറാണ് പ്രവർത്തിച്ചത്. 60 രൂപ 99 പൈസയായിരുന്നു വിറ്റുവ രവ്. പിന്നീട് 15 ദിവസം നടന്ന കച്ചവടം ഇങ്ങനെയാണ്.

09.3.58	106.60
10.3.58	155.68
11.3.58	140.43
12.3.58	143.17
13.3.58	138.40
14.3.58	137.78
15.3.58	209.87
16.3.58	144.27
17.3.58	120.48
18.3.58	200.63
19.3.58	209.27

20.3.58	224.45
21.3.58	229.60
22.3.58	309.07
23.3.58	172.44

1958 മാർച്ച് 8 മുതൽ ജൂൺ 30 വരെയുള്ള 114 ദിവസത്തെ വ്യാപാരം 25,732 രൂപ 22 പൈസയായിരുന്നു. 16 പേരുടെ ശമ്പളം 65 രൂപ പ്രകാരം 4239 രൂപ 12 പൈസ വന്നു. പരിശോധിച്ച ഓഡിറ്റർ ഗുരുവായൂർ സ്വദേശി വി ഉണ്ണികൃഷ്ണപ്പണിക്കർ. ലാഭം 710 രൂപ 07 പൈസയായിരുന്നു.

അന്ന് തൃശൂർ റൗണ്ട് സൗത്തിലെ കോഫീ ഹൗസിൽക്കയറി ഒരു കപ്പുകാപ്പിയെങ്കിലും കുടിച്ച ഓരോ ആളോടും ഞങ്ങൾ കടപ്പെട്ടിരിക്കുന്നു. അറിഞ്ഞോ അറിയാതെയോ, ചരിത്രം കുറിക്കുന്ന ഒരു വലിയ കർമ്മത്തിൽ പങ്കാളികളാവുകയായിരുന്നു അവർ.

ചുവന്ന മുതലാളിമാർ

ഞങ്ങളെ തുണച്ചവരുടെ പട്ടികയിൽ മുതലാളിമാരുമുണ്ട്. തൊഴിലാളികളുടെ സംരംഭത്തെ മുതലാളിമാർ എന്തിനു തുണച്ചു എന്ന സംശയം വായനക്കാരിലുയരാം. അതിനുത്തരം കിട്ടാൻ ഈ സംഭവം മുഴുവൻ വായിക്കണം.

തൃശൂർ കോഫീ ഹൗസ് തുടങ്ങി ഒരുകൊല്ലം കഴിഞ്ഞപ്പോൾ കാപ്പിക്കുരു പൊടിച്ച് കച്ചവടം ചെയ്യാൻ ഞങ്ങൾ തീരുമാനിച്ചു. നല്ല മുതൽമുടക്കുവരുന്ന ഏർപ്പാടാണത്. കോഫീ ബോർഡ് അനുവദിച്ച 2 ടൺ കാപ്പിക്കുരു എടുക്കാൻ തന്നെ 9,000 രൂപ വേണ്ടിയിരുന്നു. കാപ്പി വറുക്കാനും പൊടിക്കാനുമുള്ള യന്ത്രങ്ങൾക്കു വേറെയും. ബാങ്കുകൾ ഞങ്ങളെ സഹായിക്കാൻ ഒരുക്കമായിരുന്നില്ല. ഇന്നത്തെപ്പോലെ അന്നും ബാങ്കുകൾ പാവങ്ങളുടേതായിരുന്നില്ല. ഞങ്ങളുടേതുപോലൊരു നവജാതസംരംഭത്തെ സഹായിക്കാൻ ബാങ്കുകൾക്കു വകുപ്പില്ലായിരുന്നു. ഒടുവിൽ മുന്നോട്ടു വന്ന കൊച്ചി സെൻട്രൽ കോ-ഓപ്പറേറ്റീവ് ബാങ്ക് 5,000 രൂപ വായ്പയും 5,000 രൂപ ഓവർ ഡ്രാഫ്റ്റും അനുവദിച്ചു. കാപ്പിക്കുരുവെടുക്കാൻ 10,000 രൂപയും. ആ വായ്പ കിട്ടാൻതന്നെ 1,250 രൂപ കെട്ടിവയ്ക്കണം. ആ കാശുപോലും ഞങ്ങളുടെ കൈയിലില്ലായിരുന്നു.

അപ്പോൾ മുതലാളിമാരിൽനിന്നു കടം വാങ്ങാനാണ് ഞങ്ങൾ തീരുമാനിച്ചത്. മുതലാളിമാർ കടംവാങ്ങി കച്ചവടം നടത്തുകയല്ലാതെ കച്ചവടം നടത്താൻ പണം കടംകൊടുക്കുന്ന പതിവില്ല. എന്നിട്ടും അങ്ങനെ ഒരാശയം ഞങ്ങൾക്കു തോന്നിയത് തൃശൂരെ ചില മുതലാളിമാരിലുള്ള വിശ്വാസം കൊണ്ടാണ്. അത് സത്യമായിരുന്നുവെന്ന് അനുഭവം തെളിയിച്ചു. പലിശയില്ലാതെ ഞങ്ങൾക്കുവേണ്ട പണം തരാൻ ചിലരുണ്ടായി. ഫാഷൻ ഫാബ്രിക്സ് ഉടമ കെ ജെ ഫ്രാൻസിസ്, പോപ്പുലർ ഓട്ടോമൊബൈൽസ് ഉടമകളായ സഹോദരന്മാർ കെ പി പോൾ, കെ പി ചാക്കുണ്ണി,

കാഞ്ഞിരപ്പറമ്പിൽ വാറു ജോസഫ്, അഞ്ചേരി പാവു കാക്കു, പി എം കുട്ടി തുടങ്ങിയവരാണ് ഞങ്ങളോടു സഹകരിച്ചത്.

ഇതു പറയുമ്പോൾ മറക്കരുതാത്ത മറ്റു മുതലാളിമാരുമുണ്ട്. ഞങ്ങൾക്കുവേണ്ട മരസാമാനങ്ങൾ മുഴുവൻ എന്നും കടമായി തന്നത് ടി വി ആൻഡ്രൂസാണ്. കടം തീരെ ചെറിയ ഗഡുക്കളായി അടയ്ക്കാനുള്ള സൗകര്യവും അദ്ദേഹം അനുവദിച്ചുതന്നു. തൃശൂർ കോഫീ ഹൗസിന് അനിശ്ചിതത്വത്തിന്റെ ആദ്യ നാളുകളിൽ കടമായി പച്ചക്കറിയും മറ്റും തന്നു സഹായിച്ച പി പി ദേവസ്സിക്കുട്ടിയും വലിയ സഹായമാണ് ഞങ്ങൾക്കു ചെയ്തുതന്നത്. ഈ മുതലാളിമാരെല്ലാവരും കമ്യൂണിസ്റ്റ് അനുഭാവിക ളായിരുന്നു എന്നതും ശ്രദ്ധേയമാണ്.

ഇതോടൊപ്പം ഒരു കാര്യം കൂടി ഇവിടെപ്പറയാനുണ്ട്. ഈ ഘട്ടത്തിൽ കോഫീ ഹൗസിലെ മുഴുവൻ ജോലിക്കാരോടും കുടുംബങ്ങളോടും സംഘം കടം ചോദിച്ചിരുന്നു. രണ്ടുപേർ മാത്രമാണ് പ്രതികരിച്ചത്. അവർ പി കെ ജോസഫിന്റെ ഭാര്യ മറിയാമ്മയും എന്റെ ഭാര്യ ലളിതയുമാണെ ന്നുകൂടി പറയാൻ വായനക്കാർ എന്നെ അനുവദിക്കണം. പണ്ടം പണയം വച്ച് മറിയാമ്മ 300 രൂപയും ലളിത 275 രൂപയുമാണ് സംഘത്തിനു കടം തന്നത്. കൂടുതൽ തൊഴിലാളി കുടുംബങ്ങൾ എന്തേ അതിനു തയ്യാറാ യില്ലേ? പലർക്കും അതിനു നിവൃത്തിയില്ലായിരുന്നു. പക്ഷേ, മിക്കവരു ടെയും കാര്യം അതായിരുന്നില്ല. പണ്ടു തൊഴിലാളി കോഫീ ഹൗസിനു പണം മുടക്കാൻ മടിച്ച ആ വിശ്വാസമില്ലായ്മയുണ്ടല്ലോ അതു പലരിലും അന്നും നിലനിന്നിരുന്നു എന്നു പറയാതെ വയ്യ.

എന്തായാലും 1960 ജനുവരി ഒന്നിന് ഞങ്ങൾ സ്വന്തം കാപ്പിപ്പൊടി വിപണിയിലിറക്കി. തൃശൂർ കോഫീ ഹൗസിന്റെ വളർച്ചയിലെ വലിയൊരു നാഴികക്കല്ലായിരുന്നു അത്. ചിക്കറി ചേരാത്ത, അന്നന്ന് അതത് കോഫീ ഹൗസുകളിൽ പൊടിച്ചെടുത്ത ആ കാപ്പിപ്പൊടി ഇന്നും കാപ്പിക്കമ്പ ക്കാർക്കു പ്രിയപ്പെട്ടതാണ്. അതിന്റെ പിന്നിലുള്ള കഥ പക്ഷേ, ആർക്കുമ റിയില്ല. ഈ പുസ്തകത്താളിലെങ്കിലും അതുണ്ടായിരിക്കട്ടെ.

അച്ചുതമേനോന്റെ സഹായം

രാഷ്ട്രീയശത്രു എന്നു ഞങ്ങൾ കരുതിയ ഒരാളിൽനിന്നും ഒരിക്കൽ ഞങ്ങൾക്കു തുണകിട്ടി - സി അച്ചുതമേനോനിൽ നിന്നായിരുന്നു ആ അപ്രതീക്ഷിത തുണ.

എറണാകുളത്ത് സി എസ് റോഡിൽ ഒരു കോഫീ ഹൗസിന് നാലു സെന്റ് സ്ഥലം കേരള സർക്കാർ അനുവദിച്ചു. 1970 ൽ ഐക്യമുന്നണി സർക്കാരിന്റെ കാലത്ത് റവന്യൂ മന്ത്രി കെ ആർ ഗൗരിയമ്മയാണ് ആ സഹായം ചെയ്തുതന്നത്. എന്നാൽ, ഉത്തരവുവരുംമുമ്പ് ആ സർക്കാർ നിലംപതിച്ചു. തുടർന്നുവന്ന കോൺഗ്രസ്, സി പി ഐ സർക്കാരിൽനിന്ന് ഭൂമികിട്ടുമോ എന്ന് ഞങ്ങൾക്ക് സംശയമുണ്ടായിരുന്നു. കാരണം, കമ്യൂ

ണിസ്റ്റ് പാർട്ടി പിളർന്നപ്പോൾ തൃശൂർ സംഘത്തിന്റെ തലപ്പത്തുള്ള ഞാൻ സി പി ഐ (എം) ലാണ് നിന്നത്. സംഘത്തിന്റെ ലീഗൽ അഡ്വൈസറായ ടി കെ കൃഷ്ണനും സി പി ഐ (എം)ലായിരുന്നു. അതിനാൽ കോഫീ ഹൗസിന് ഒരു ഇടതുമുദ്രയുണ്ടായിരുന്നു.

എന്നാൽ മുഖ്യമന്ത്രി സി അച്ചുതമേനോൻ ആ സ്ഥലം ഞങ്ങൾക്കു തരാൻ തീരുമാനിച്ച് കാര്യങ്ങൾ നീക്കുകയും 1973 ജൂൺ എട്ടിന് സ്ഥലം ഞങ്ങൾക്കു കിട്ടുകയും ചെയ്തു. ആ സ്ഥലത്താണ് ഇന്നും സി എസ് റോഡ് കോഫീ ഹൗസ് നില്ക്കുന്നത്.

സി പി ഐക്കാരും സി പി ഐ (എം) കാരും തികഞ്ഞ ശത്രുതയിലായിരുന്നു അന്ന്. "ചേലാട്ടച്ചുതമേനോനേ, ചേലില്ലാപ്പണി ചെയ്തോനെ" എന്ന മുദ്രാവാക്യം കേരളമാകെ അലയടിക്കുന്ന കാലം. രണ്ടു കമ്യൂണിസ്റ്റ് പാർട്ടിയിലും പെട്ടവർ അന്യോന്യം ശത്രുക്കളായിക്കണ്ട കാലം. എന്നിട്ടും അച്ചുതമേനോൻ ചെയ്ത സഹായം ഒരു ഐക്യദാർഢ്യം തന്നെയായിരുന്നുവെന്നു ഞാൻ കരുതുന്നു.

ഒരുപക്ഷേ, അച്ചുതമേനോന് അതൊരു പ്രായശ്ചിത്തവുമായിരുന്നിരിക്കാം. 1958 ൽ ആദ്യത്തെ കമ്യൂണിസ്റ്റ് മന്ത്രിസഭ ഞങ്ങൾക്ക് വില്പന നികുതി ഒഴിവാക്കിത്തന്നിരുന്നല്ലോ. ധനകാര്യ മന്ത്രിയെന്ന നിലയ്ക്ക് അച്ചുതമേനോൻ ആദ്യം ഞങ്ങളുടെ അഭ്യർത്ഥന തള്ളിക്കളയുകയായിരുന്നു. അതേത്തുടർന്ന് മുഖ്യമന്ത്രി ഇ എം എസ് നമ്പൂതിരിപ്പാട് മുൻകൈയെടുത്താണ് ഞങ്ങൾക്ക് ആ ആനുകൂല്യം തന്നത്. പഴയ നിർദ്ദയമായ തീരുമാനത്തിലെ പശ്ചാത്താപമാണോ പുതിയ നടപടിയിലൂടെ അച്ചുതമേനോൻ പിന്നീട് പ്രകടിപ്പിച്ചത്?

തെരുവിൽ കച്ചവടം

പിന്നെ ഞങ്ങളെത്തുണച്ചത് ഉപഭോക്താക്കളാണ്. എന്നുമവർ ഞങ്ങളുടെ ശക്തിയായി.

ഉപഭോക്താക്കളും ഞങ്ങളുമായുള്ള ബന്ധത്തിന്റെ ഏറ്റവും നല്ല അദ്ധ്യായം ദില്ലിയിലാണുണ്ടായത്. ദില്ലിയിലെ ജൻപഥിലെ ഒരു സ്വകാര്യ കോഫീ ഹൗസിൽനിന്ന്, അന്യായ വിലകൂട്ടലിൽ ക്ഷോഭിച്ച് ആളുകൾ ഇറങ്ങിപ്പോന്നു. അവരുടെ ആഗ്രഹപ്രകാരം അവർ ബഹിഷ്കരിച്ച കുലീന കോഫീ ഹൗസിനു മുന്നിൽ, തെരുവിൽ, സംഘം കോഫീ ഹൗസ് തുറന്നു. ഇന്ത്യയിലെ ഒന്നാമത്തെ തെരുവ് കോഫീ ഹൗസ്. എതിരേയുള്ള കടയുടെ പകുതി വിലയ്ക്കാണ് അവിടെ കാപ്പിയും പലഹാരങ്ങളും വിറ്റത്. സ്വകാര്യ കോഫീ ഹൗസ് ആളു കയറാതെ അടയ്ക്കേണ്ടിവന്നുവെന്നാണ് കഥ.

ഞങ്ങളുടെ ആത്മവിശ്വാസം ഉയർത്തിയ സംഭവം—തെരുവിൽ കോഫീ ഹൗസ് നടത്തിയും ഞങ്ങൾ ജീവിക്കും. ദില്ലി സംഭവത്തിന്റെ തുടർക്കഥനോക്കൂ— തെരുവു കോഫീ ഹൗസിൽനിന്ന് സൈക്കിളിൽ

സാധനങ്ങൾ കൊണ്ടുപോയി കച്ചവടം തുടങ്ങി. കോഫീ ഹൗസിന് കോണോട്ട് പ്ലേസിൽ കെട്ടിടമായി. ദില്ലിയിലെ മന്ത്രിമാരുടെയും ഉന്നത ഉദ്യോഗസ്ഥരുടെയും കച്ചവടക്കാരുടെയും എന്നപോലെ ബുദ്ധിജീവികളുടെയും കലാകാരന്മാരുടെയും സാംസ്കാരിക പ്രവർത്തകരുടെയുമൊക്കെ സംഗമകേന്ദ്രമായി ആ കോഫീ ഹൗസ്. അടിയന്തരാവസ്ഥക്കാലത്ത് സഞ്ജയ് ഗാന്ധിയുടെ നേതൃത്വത്തിൽ നടന്ന കുപ്രസിദ്ധമായ ഇടിച്ചുനിരത്തലിൽ തകർക്കപ്പെട്ട ഒരു കോഫീ ഹൗസിന്റെ കാര്യം ഞാൻ നേരത്തെ പറഞ്ഞിട്ടുണ്ട്. ഈ കോഫീ ഹൗസാണ് അങ്ങനെ രക്തസാക്ഷിത്വം നേടി ചരിത്രത്തിലിടം കണ്ടെത്തിയത്. തുടർന്ന്, ബാവാ ഹലത് സിങ് മാർഗിൽ വീണ്ടും തുറന്ന് വർഷങ്ങളോളം ആ കോഫീ ഹൗസ് പ്രവർത്തിച്ചു.

എന്നാൽ, 2003 ൽ, ആ കോഫീ ഹൗസ് നഷ്ടംമൂലം അടച്ചു എന്ന ഹൃദയം തകർക്കുന്ന വാർത്തയും കേട്ടു. ഈ പിന്നോട്ടടിയുടെ കാരണങ്ങളിലേക്ക് ഞാൻ കടക്കുന്നില്ല. പതിനാലു കൊല്ലംമുമ്പ് കോഫീ ഹൗസിൽനിന്ന് വിരമിച്ചവനാണ് ഞാൻ. അതുവരെയുള്ള കോഫീ ഹൗസിന്റെ കഥയാണ് ഞാൻ പറയുന്നതും.

വിജയപീഠത്തിൽ

കോഫീ ഹൗസിന്റെ കഥ അതിന്റെ ഏറ്റവും ഉജ്ജ്വലമായ മുഹൂർത്തത്തിലേക്കു കടക്കുകയാണ്. സമ്പന്നതയ്ക്കുള്ള കുറുക്കുവഴികൾ ഉപേക്ഷിച്ചിട്ടും, ബാലാരിഷ്ടതകൾ താണ്ടി, പുതിയ മൂല്യങ്ങൾ സൃഷ്ടിച്ചുകൊണ്ട്, അഞ്ചാറുകൊല്ലംകൊണ്ടുതന്നെ ഇന്ത്യയിലെ എല്ലാ സംഘങ്ങളും ഒരുപോലെ സാമ്പത്തികവിജയം നേടി. ഒരു സ്വപ്നത്തിന്റെ, ഒരു തത്ത്വത്തിന്റെ മഹാവിജയമായിരുന്നു അത്. ഒരായിരം തൊഴിലാളികളുടെ നിശ്ശബ്ദത്യാഗത്തിന്റെ മഹാനേട്ടമായിരുന്നു അത്.

സംഘങ്ങളുടെ പ്രവർത്തനപുരോഗതി കാണിക്കുന്ന കണക്കുകൾ ഇങ്ങനെയാണ് (1964 ജൂൺ 30 തീയതി വച്ചുള്ളത്)

സംഘം	ഓഹരി മൂലധനം	വില്പന	മൊത്തം ലാഭം	അറ്റാദായം	ജോലിക്കാർ	ശാഖകൾ
ബാംഗ്ലൂർ	15,140.50	4,74,168.16	1,10,008.75	1.91	53	2
ദില്ലി	35,300.00	67,416.00	43,357.18	5,307.73	172	9
പോണ്ടിച്ചേരി	1,05,130.00	16,04,791.00	5,91,794.00	1,31,397.00	243	13
തൃശൂർ	29,240.00	15,03,600.34	1,53,527.95	11,905.62	72	4
ലഖ്നൗ	6,415.00	1,27,060.77	60,208.92	6,613.96	22	1
നാഗ്പൂർ	14,770.00	3,71,578.33	1,97,792.58	6,866.19	64	3

ജബൽ പൂർ	30,830.00	4,83,313.18	1,77,731.05	10,997.85	64	5
മുംബൈ	4,940.00	1,08,293.16	21,462.04	2,693.08	25	3
തലശ്ശേരി	15,332.60	4,09,954.00	88,351.25	7,624.41	83	5
കൊല്ക്കത്ത	17,520.00	3,15,517.76	67,431.99	3,298.90	57	1
പൂന	5,380.00	3,47,517.36	1,26,086.09	16,080.96	59	3

അതൊരു പുതിയ ചരിത്രമായിരുന്നു. മുതലാളിയില്ലാതെ, ഏമാന്മാരില്ലാതെ കോഫീ ഹൗസ് ശൃംഖല ലാഭത്തിൽ. കോഫീ ബോർഡ് തെരുവിലിറക്കിവിട്ടവരിൽ, ജോലിയാഗ്രഹിച്ച എല്ലാവർക്കും ജോലിയും. ഏഴു കൊല്ലം മുമ്പ് ഏറ്റെടുത്ത വെല്ലുവിളിയിൽ കോഫീ ബോർഡിലെ പഴയ കാപ്പിക്കടപ്പണിക്കാർ ജയിച്ചു. ഞങ്ങൾക്ക് അതു കഴിയില്ലെന്നു വീമ്പിളക്കിയവരൊക്കെ തോറ്റു.

ഞങ്ങളെ പിരിച്ചുവിട്ട ജവാഹർലാൽ നെഹ്റുവും ഞങ്ങളെ നയിച്ച എ കെ ജിയും അതുകാണാൻ ജീവിച്ചിരിപ്പുണ്ടായിരുന്നു. ഞങ്ങളോടു ചെയ്തതു തെറ്റായിപ്പോയെന്ന് എപ്പോഴെങ്കിലും നെഹ്റുവിനു തോന്നിയിരുന്നോ ആവോ? പക്ഷേ, അന്ത്യകാലത്ത് ഞങ്ങളുടെ അഭ്യുദയകാംക്ഷിയായി നെഹ്റു മാറിയിരുന്നു. ദില്ലി കോഫീ ഹൗസിലെ കാപ്പിയുടെയും ഉഴുന്നുവടയുടെയും ആരാധകനായിരുന്നു നെഹ്റു. ആ താല്പര്യം ഇന്ദിരാഗാന്ധിക്കും പകർന്നുകിട്ടി.

ഒരു സംഘം 1964 ലും നഷ്ടത്തിലായിരുന്നു. രണ്ടു കൊല്ലം മുമ്പു മാത്രം ജനിച്ച ഒരു സംഘം. ഇന്ത്യയിലാകെയുള്ള സംഘങ്ങളുടെ കേന്ദ്ര സംഘമായി 1962 ഒക്ടോബർ അഞ്ചിനു പിറന്ന ഫെഡറേഷൻ. ആ സംഘത്തിന്റെ 1964 ജൂൺ 30 തീയതിയിലെ കണക്കുകൾ ഇങ്ങനെയാണ്. ഓഹരി മൂലധനം - 14,320.00, വിറ്റുവരവ് - 8,69,987.26 മൊത്തംലാഭം നഷ്ടം - 2,832.86 ജീവനക്കാർ 26 ശാഖ -1.

ഈ സംഘത്തിന്റെ കണക്കുകൂടി പരിഗണിക്കുമ്പോൾ, കോഫീ ബോർഡ് തൊഴിലാളി സഹകരണപ്രസ്ഥാനത്തിന്റെ 1964 ലെ ദേശീയ തല പ്രവർത്തനനിലവാരം ഇങ്ങനെയാണ്.

ഓഹരിമൂലധനം 2,94,318.10, വിറ്റുവരവ് - 86,83,198.24, മൊത്തംലാഭം 15,73,317.06 അറ്റാദായം - 2,02,787.63 (ഫെഡറേഷന്റെ നഷ്ടം കൂടാതെ), ജോലിക്കാർ - 940, ശാഖകൾ - 50.

കാലക്രമത്തിൽ, ഫെഡറേഷനും പ്രവർത്തനവിജയം നേടി. 1967 ജൂൺ 30 തീയതി വച്ചുള്ള ഫെഡറേഷന്റെ കണക്കുകൾ ഇങ്ങനെയാണ്: ഓഹരിമൂലധനം - 91,500.00 വിറ്റുവരവ് 8,36,048.29 മൊത്തംലാഭം, 37,712,09, അറ്റാദായം - 4,105.56, ജോലിക്കാർ - 8, ശാഖ -1.

ഞങ്ങളുടെ അന്തിമവിജയം. അപ്പോഴേക്ക് നെഹ്റു അന്തരിച്ചിരുന്നു.

പഴയ വാണിജ്യമന്ത്രി മൊറാർജി ദേശായിയുണ്ടല്ലോ, അദ്ദേഹത്തെ ഇതു കാണിച്ചു കൊടുക്കാൻ ഞങ്ങൾക്കു കഴിഞ്ഞു. ഈ ചരിത്രനേട്ടം കണ്ണു കുളിർക്കെക്കാണാൻ എ കെ ജിക്കു കഴിയുകയും ചെയ്തു. അങ്ങനെ എല്ലാ വെല്ലുവിളിയും ജയിച്ച്, എല്ലാ കണക്കും തീർത്ത്, അഭിമാനികളും ജേതാക്കളുമായി ഞങ്ങൾ ചരിത്രത്തിനുമുന്നിൽ നിന്ന വർഷമായി 1967.

കോഫീ ഹൗസുകളിൽ പുതിയ തലമുറ

അഭിമാനകരമായ ആ വിജയം കഴിഞ്ഞ് മൂന്നരപ്പതിറ്റാണ്ടിലേറെ കടന്നുപോയിരിക്കുന്നു. എൺപതുകളുടെ അവസാനത്തോടെ ഈ ഗ്രന്ഥകാരനടക്കമുള്ള പഴയ കോഫീ ബോർഡ് തൊഴിലാളികളെല്ലാവരും കോഫീ ഹൗസുകളിൽനിന്ന് പിരിഞ്ഞു. എങ്കിലും, സ്ഥാപനം ജൈത്രയാത്ര തുടരുകയാണ്.

ഇന്ന് പ്രസ്ഥാനം ഏറെ വളർന്നിരിക്കുന്നു. 1999 ൽ, തൊഴിലാളി സംഘങ്ങൾക്ക് ഇന്ത്യയിലാകെ 153 കോഫീ ഹൗസുകളുണ്ട്. അവയിൽ 4,818 പേർ ജോലി ചെയ്യുന്നു. എത്ര ആഹ്ലാദകരമായ വളർച്ച! 43 കോഫീ ഹൗസുകൾ ഏറ്റെടുക്കാൻ, 1,016 പേർക്കു ജോലികൊടുക്കാൻ തുടങ്ങിയ ഒരു പ്രസ്ഥാനം എന്തുമാത്രം വളർന്നു!

തൃശൂർ സംഘമാണ് ഇന്ന് ഇന്ത്യയിലെ ഏറ്റവും വലിയ സംഘം. കൂടുതൽ കോഫീ ഹൗസ് നടത്തുന്ന, കൂടുതൽ പേർക്കു ജോലികൊടുക്കുന്ന സംഘമായി തൃശൂർ സംഘം വളർന്നിരിക്കുന്നു. 1999 ലെ കണക്കനുസരിച്ച് സംഘം 50 കോഫീ ഹൗസുകൾ നടത്തുന്നു. 1,750 പേർക്കു ജോലികൊടുക്കുന്നു. ഇത് ഈ ഗ്രന്ഥകാരന്റെ സ്വകാര്യാഹ്ലാദം കൂടിയാണ്.

കോഫീ ഹൗസിന്റെ വിജയകഥയാണ് ഞാൻ പറയുന്നത്. എങ്കിലും കഥയിലെ കരടുപോലെ എനിക്ക് രണ്ടു പരാജയകഥകൾ ചൂണ്ടിക്കാണിക്കേണ്ടി വന്നിരുന്നു – തൃശൂർ സംഘത്തിന്റെ സാമ്പത്തികസ്ഥിതി ഭദ്രമല്ലാതായതും ദില്ലിയിലെ ഒരു കോഫീ ഹൗസ് നഷ്ടംമൂലം അടച്ചതും. അപ്പോൾപ്പറഞ്ഞതുപോലെ അതിന്റെ കാരണങ്ങൾ തിരയേണ്ടയാൾ ഞാനല്ല. പരാജയത്തിന് ഒട്ടേറെ കാരണങ്ങളുണ്ടാകാം. എങ്കിലും കോഫീഹൗസിന്റെ പൈതൃകം മറന്നത് ആ പരാജയങ്ങളുടെ പിറകിലുണ്ടോ എന്ന് ബന്ധപ്പെട്ടവർ പരിശോധിക്കണം എന്ന ഒരാഗ്രഹം എനിക്കുണ്ട്.

കോഫീ ഹൗസ് എന്തിനുവേണ്ടി ഉണ്ടായി, എന്താണതിന്റെ ലക്ഷ്യം, എന്തൊക്കെ കോഫീ ഹൗസ് ചെയ്യാം, എന്തൊക്കെ ചെയ്തുകൂടാ– ഇതൊക്കെ ചിലപ്പോഴെങ്കിലും കോഫീ ഹൗസിലെ പുതിയ തലമുറ ഓർക്കാറില്ല. അതു വെളിപ്പെടുത്തുന്ന ഒരു കാര്യംമാത്രം പറയട്ടെ.

ഓർമ്മകളുണ്ടായിരിക്കണം

കോഫീ ഹൗസിലെ റിട്ടയർമെന്റ് പ്രായം അറുപതായിരുന്നു. ഇന്നത് അൻപത്തെട്ടാണ്. ഈ മാറ്റത്തിനു കാരണമായത് ചരിത്രപരമായ ഒരു

മറവിയാണ്.

തൊഴിലാളികളെ ആവതുള്ള കാലം ജോലി ചെയ്യിച്ച് ഒരു പുതിയ മാതൃക സൃഷ്ടിക്കണമെന്ന് തൊഴിലാളി കോഫീ ഹൗസുകൾ തുടങ്ങുമ്പോൾ ഞങ്ങൾ ആഗ്രഹിച്ചിരുന്നു. നിയമം അതനുവദിച്ചില്ല. അതുകൊണ്ടാണ് 60 വയസ്സിൽ പിരിയുന്ന വ്യവസ്ഥ കോഫീ ഹൗസിൽ വന്നത്. കോഫീ ബോർഡിന്റെ കോഫീ ഹൗസുകളിലും അറുപതായിരുന്നു റിട്ടയർമെന്റ് പ്രായം.

പക്ഷേ, സഹകരണ സംഘങ്ങളിലെ ജീവനക്കാർ 58 വയസ്സിൽ പിരിയണമെന്ന നിയമം 1989 ൽ വന്നു. ഇ കെ നായനാർ മുഖ്യമന്ത്രിയായിരിക്കേ സഹകരണമന്ത്രിയായിരുന്ന ടി കെ രാമകൃഷ്ണനാണ് ഈ നിയമം കൊണ്ടുവന്നത്. ഇത്തരം നിയമങ്ങൾ സംഘത്തിൽ നടപ്പാക്കണമെങ്കിൽ ഭരണസമിതി തീരുമാനിക്കണം. ഈ നിയമം വരുമ്പോഴും ബോർഡിന്റെ കോഫീ ഹൗസുകളിൽ റിട്ടയർമെന്റ് പ്രായം അറുപതു തന്നെയായിരുന്നു. ബോർഡിൽനിന്നു ജോലിപോയവർ സ്വയം തൊഴിൽ കണ്ടെത്താൻ തുറന്ന തൊഴിലാളി കോഫീ ഹൗസുകളിൽ എന്തിനത് മാറണം? നിയമം സംഘത്തിനു ബാധകമാക്കേണ്ടതില്ല എന്ന് ഭരണസമിതി തീരുമാനിച്ചു. അതങ്ങനെ കഴിഞ്ഞു. പക്ഷേ, പിന്നാലേ വന്ന ഭരണസമിതി ആ നിയമം നടപ്പാക്കാനുള്ള പുതിയ തീരുമാനം കൈക്കൊണ്ടു!

അതുകൊണ്ടുണ്ടായതോ, തൃശൂർ സംഘത്തിൽ അപ്പോഴും ജോലി ചെയ്തിരുന്ന രണ്ടു പഴയ കോഫീ ബോർഡ് തൊഴിലാളികൾക്ക് ജോലി പോയി. സംഘമുണ്ടാക്കാൻ ആരോരുമില്ലാതിരുന്ന കാലത്ത് കഷ്ടപ്പെട്ട എനിക്കും എ കെ വാസുവിനുമാണ് ആ വിധിയുണ്ടായത്. സംഘത്തിൽ ജോലി കിട്ടിയ പഴയ കോഫീ ബോർഡ് തൊഴിലാളികളെല്ലാവരും 60 വയസ്സുവരെ ജോലി ചെയ്തു പിരിഞ്ഞ ശേഷമാണ്. ഞങ്ങൾക്കുമാത്രം ഈ ഗതി വന്നത് - തെറ്റുകൾക്കും ചില രീതികളുണ്ട്. ഏറ്റവും ചീത്ത മട്ടിലേ അതുണ്ടാകൂ.

സംഘത്തിലെ റിട്ടയർമെന്റ് പ്രായം 58 വയസ്സാക്കിയ ആ ഭരണസമിതിയിൽ പഴയ കോഫീ ബോർഡ് ജീവനക്കാരായ തൊഴിലാളികളാരും തന്നെ ഉണ്ടായിരുന്നില്ല എന്നുകൂടി ചൂണ്ടിക്കാട്ടട്ടെ. പുതിയ തലമുറക്കാർ മാത്രമുണ്ടായിരുന്ന ഒരു ഭരണസമിതിയുടേതായിരുന്നു ആ തീരുമാനം- കണ്ടു പഠിച്ചതിനോളം വരില്ലല്ലോ കേട്ടു പഠിച്ചത്!

ഒരു പ്രശ്നത്തിൽ ഒരു ഭരണസമിതി ഒരു തീരുമാനമെടുക്കുക, പിന്നാലേ വരുന്ന ഭരണസമിതി മറ്റൊരുതീരുമാനമെടുക്കുക, രണ്ടും കടകവിരുദ്ധമാവുക. കോഫീ ഹൗസിൽ എന്തുകൊണ്ട് അങ്ങനെയുണ്ടായി? അതിലേക്ക് കടന്നാൽ ഏറെപ്പറയണം. അത് ഈ പുസ്കതത്തിന്റെ വിഷയമല്ല. കോഫീ ഹൗസിന്റെ ചരിത്രത്തോടു കാട്ടിയ അനീതിയായി ആ തീരുമാനം എന്നു പറഞ്ഞാൽ തീർന്നല്ലോ.

ആ തീരുമാനം വന്നപ്പോൾ ഞാൻ ആദ്യമോർത്തത് എ കെ ജിയു

ണ്ടായിരുന്നെങ്കിൽ എന്നാണ്. ഞങ്ങളെ നേർവഴിക്കു നയിച്ചിരുന്ന ആ വെളിച്ചം അണഞ്ഞിട്ട് അന്നേയ്ക്ക് ഒന്നരപ്പതിറ്റാണ്ടായിരുന്നു. ഒരാൾ പോയപ്പോൾ എത്ര വലിയ ശൂന്യതയാണുണ്ടായത്!

എന്നേക്കാൾ മുമ്പേ പിരിയേണ്ടിവന്ന വാസു കോടതികയറി. തീരുമാനത്തിനു സ്റ്റേ വാങ്ങി. 60 വയസ്സുവരെ ജോലിയും ചെയ്തു. എന്നാൽ അക്കാലത്തെ ജോലിക്കു ശമ്പളം കിട്ടാതെ, പോരാട്ടം ജയിക്കാത്ത മനോവിഷമത്തോടെ, കണ്ണടച്ചു. വാസുവിന്റെ പിന്നാലേ പിരിയേണ്ടിവന്ന ഞാനാകട്ടെ എതിർപ്പുയർത്താതെ മനോവേദനയോടെ സ്ഥാപനത്തിൽ നിന്നിറങ്ങിപ്പോന്നു. ഞാൻതന്നെ നട്ടുനനച്ചുണ്ടാക്കിയ സംഘത്തിനെതിരെ കോടതിയിൽപ്പോകേണ്ടെന്നായിരുന്നു എന്റെ തീരുമാനം.

തൃശൂർ റൗണ്ട് സൗത്തിലുള്ള കോഫീ ഹൗസിൽ വച്ചായിരുന്നു എന്റെ യാത്രയയപ്പ്. ഞങ്ങൾ കണ്ണീരിലും വിയർപ്പിലും തറക്കല്ലിട്ട, കേരളത്തിലെ ആദ്യത്തെ തൊഴിലാളി കോഫീ ഹൗസിൽ വച്ച്, ചടങ്ങുകഴിഞ്ഞിറങ്ങിയപ്പോൾ എന്റെ കാതിൽ ഒരു ശബ്ദം മുഴങ്ങി; ജനിച്ച് പത്താം ദിവസം മരിച്ച എന്റെ ആദ്യ മകന്റെ നിലവിളി! എന്റെ മനസ്സറിയുന്ന ഒരേയൊരാളേ അവിടെയുണ്ടായിരുന്നുള്ളൂ! കോഫീ ഹൗസിന്റെ ചുമരിൽത്തൂക്കിയ ചിത്രത്തിലെ എ കെ ജി!

ഞാനും വാസുവും കൊടിയ അനീതിക്കിരകളായി എന്ന് ഞാൻ ഇന്നും വിശ്വസിക്കുന്നു. വായനക്കാരേ, ആർക്കുണ്ടായിട്ടുണ്ടാകും ഞങ്ങളുടേതുപോലൊരു അനുഭവം? യൗവനത്തിൽ ഞങ്ങളെ ദുരധികാരികൾ തെരുവിലേക്കെറിഞ്ഞു. ഒപ്പം വരാൻ ആരുമില്ലാതിരുന്നിട്ടും തിന്നാതെയും കുടിക്കാതെയും അലഞ്ഞ് ഞങ്ങൾ ഒരു തൊഴിലിടമുണ്ടാക്കി. അവിടെ ദുരധികാരം കടന്നുവരാതിരിക്കാൻ എല്ലാ മുൻകരുതലുമെടുത്തു. തൊഴിലാളിയുടെ വിധി തൊഴിലാളിതന്നെ നിശ്ചയിക്കുന്ന സ്ഥാപനമായി അതിനെ വളർത്തിയെടുത്തു. മൂന്നു പതിറ്റാണ്ടു കഴിഞ്ഞപ്പോൾ...

എന്നെങ്കിലും ഇതു വായിക്കുന്ന ഏതെങ്കിലും നീതിബോധമുള്ള ഒരു ന്യായാധിപൻ സ്വമേധയാ കേസെടുത്ത് പില്ക്കാല പ്രാബല്യത്തോടെ ഞങ്ങൾക്കു ന്യായം തരേണ്ട ഒരു പ്രശ്നമാണ് ഇതെന്നു ഞാൻ കരുതുന്നു. നമ്മുടെ നാടിന്റെ നീതിബോധം എന്നെങ്കിലും ആ നിലവാരത്തിലേക്കുയരുമെന്ന് ഞാൻ പ്രത്യാശിക്കുന്നു.

ഈ അപ്രിയസത്യം ഞാൻ വെളിപ്പെടുത്തേണ്ടിയിരുന്നുവോ എന്നു ശങ്കിക്കുന്നവരുണ്ടാകാം. അവർ പൊറുക്കണം. ഇതുകൂടി പറഞ്ഞെങ്കിലേ ഈ കഥ മുഴുവനാകുമായിരുന്നുള്ളൂ. ഇതെഴുതുമ്പോഴും കോഫീ ഹൗസിന്റെ നന്മയാണ് എന്റെ ലക്ഷ്യം. നാളെ കോഫീ ഹൗസിനെ നയിക്കുന്നവർക്ക് ഈ കഥ കൂടുതൽ ഉൾക്കാഴ്ച നല്കുമെന്ന് ഞാൻ കരുതുന്നു.

ഞാനിതു പറഞ്ഞതുകൊണ്ട് കോഫീ ഹൗസിന്റെ നന്മകൾ ഇല്ലാതാകുന്നില്ല. വെളിച്ചമുണ്ടെങ്കിൽ നിഴലുമുണ്ടാകും. നിഴലില്ലാതാക്കാൻ

വെളിച്ചം കെടുത്താനാകില്ല. ഒന്നോ രണ്ടോ വ്യക്തികളുടെ വേദന, അവർ ആരുതന്നെയായാലും, എത്രതന്നെ തീവ്രമായാലും പ്രസ്ഥാനചരിത്രത്തിൽ നിസ്സാരമാണ്. പ്രസ്ഥാനത്തിന്റെ വിജയംതന്നെയാണ് അതിനുവേണ്ടി ജീവിച്ചവരുടെ സന്തോഷം. കോഫീ ഹൗസ് ജയിക്കട്ടെ. ഇനിയുമിനിയും വിജയത്തിലേക്കു കുതിക്കട്ടെ.

കോഫീ ഹൗസിന്റെ കഥ തീരാൻ ഇനി ഏറെപ്പറയാനില്ല. എന്നാൽ, ഇനിപ്പറയാനുള്ളത് ഈ കഥയിലെ മർമ്മപ്രധാനഭാഗമാണു താനും. അതിലേക്കാണ് ഇനി ഞാൻ പോകുന്നത്.

8

ഞങ്ങൾ ചരിത്രത്തിലേക്ക്

കോഫീ ഹൗസിന്റെ കഥ ഞാൻ പറഞ്ഞുനിർത്തുകയാണ്. എന്നാൽ, ഈ കഥ തീർക്കുംമുമ്പ് ചിലതുകൂടിപ്പറയാനുണ്ട്. അല്ലെങ്കിൽ, ഇതു പറയാനാണ് ഞാൻ ഈ കഥയെഴുതിയത്; ഇതാണ് ഈ കഥയുടെ സാരാംശം.

ഞാൻ എന്തിന് ഈ കഥയെഴുതി എന്നു പറഞ്ഞുതുടങ്ങാം. 'തൊഴിലാളികൾ സമരം ചെയ്തുചെയ്ത് സ്ഥാപനങ്ങളടപ്പിച്ചു. വികസനം മുട്ടിച്ചു. നാടുമുടിപ്പിച്ചു.' എന്നൊക്കെപ്പറഞ്ഞുനടക്കുന്നത് ഇന്നൊരു ഫാഷനാണ്. അതൊക്കെ ഉള്ളിൽത്തട്ടിപ്പറയുന്നവരുണ്ടെങ്കിൽ, അവരെ ഈ കഥ കേൾപ്പിക്കണമെന്നുണ്ടായിരുന്നു എനിക്ക്. അങ്ങനെ, ഒരു പ്രതികാരമാണ് ഈ ചരിത്രം. ആയുസ്സുമുഴുവൻ തൊഴിലാളിയായിരുന്ന, തൊഴിലാളി സംഘടനാപ്രവർത്തകനായിരുന്ന, ഒരാളുടെ ചെറിയൊരു വാശി.

ഈ കഥയുടെ ചരിത്രമൂല്യം

വിശാലമായ ഈ ലോകത്ത് പാവങ്ങൾക്കും ഒരിടം വേണം. പാവങ്ങളുടെ ശബ്ദം പാഴ്ശബ്ദമല്ല. ട്രാക്ടറിനും കമ്പ്യൂട്ടറിനുമൊക്കെയെതിരെ ഉയർന്ന ശബ്ദത്തെ പുച്ഛിക്കരുത്. ആ ശബ്ദമുയർന്നിട്ടും അവ വന്നില്ലേ എന്ന ചോദ്യത്തിന് അർത്ഥമില്ല. ആ ശബ്ദം 'ഞങ്ങൾക്കും ജീവിക്കണം' എന്ന പ്രഖ്യാപനമായിരുന്നു. അതുയർന്നിരുന്നില്ലെങ്കിൽ പാവങ്ങൾക്ക് ഇപ്പോഴുള്ള പരിഗണനപോലും ആ നാട്ടിൽ കിട്ടുമായിരുന്നില്ല. ഈ കഥയിലും അതാണുണ്ടായത്. കോഫീ ഹൗസ് അടയ്ക്കരുതെന്നു ഞങ്ങൾ പറഞ്ഞു. അതു നടന്നില്ല. പക്ഷേ, അന്നതു പറഞ്ഞതുകൊണ്ടാണ് പിന്നീട് ഞങ്ങൾക്ക് ഇങ്ങനെ ജീവിക്കാനൊത്തത്. ഞാനൊരു ചോദ്യം ചോദിക്കട്ടെ. കോഫീ ഹൗസിൽ കമ്യൂണിസ്റ്റുകാർ നയിച്ച ഒരു യൂണിയനുണ്ടായിരു

ന്നില്ലെന്നു കരുതുക. എങ്കിൽ എന്തു സംഭവിക്കുമായിരുന്നു? എനിക്കുറപ്പാണ്: അതിലൊരാൾക്കു പറയാൻ ഇങ്ങനെയൊരു കഥയുണ്ടാകുമായിരുന്നില്ല. കോഫീ ഹൗസുകൾ അടച്ച് നക്കാപ്പിച്ചക്കാശും വാങ്ങി ഞങ്ങളൊക്കെ തെരുവിലേക്കിറങ്ങേണ്ടിവരുമായിരുന്നു. കോഫീ ഹൗസിന്റെ കഥയുടെ ചരിത്രമൂല്യമിതാണ്.

കാലം തീരുമാനിക്കട്ടെ

ഏതൊരു കാര്യത്തിന്റെയും ശരിയും തെറ്റും തീരുമാനിക്കേണ്ടതു കാലമാണ്. ഈ കഥയിലെ ശരിതെറ്റുകളും അങ്ങനെതന്നെ തീർച്ചപ്പെടുത്തണം.

ഞാൻ ഈ കഥയുടെ തുടക്കത്തിലേക്കു പൊയ്ക്കോട്ടെ - ദൗത്യം കഴിഞ്ഞെന്നുപറഞ്ഞ് അവസാനിപ്പിച്ച സംരംഭമാണിത്. അതാണ് ദൗത്യം കണ്ടെത്തി ഞങ്ങൾ മുന്നോട്ടുകൊണ്ടുപോയത്. മുതലാളിക്കേ ലാഭമുണ്ടാക്കാൻ കഴിയൂ എന്നുപറഞ്ഞ് അടച്ച സ്ഥാപനമാണിത്. അതാണ് മുതലാളിയില്ലാതെ ഞങ്ങൾ അന്തസ്സായി നടത്തിയത്.

പറയൂ: ഈ അനുഭവം എന്താണു പഠിപ്പിക്കുന്നത്?

മാനേജ്മെന്റിന്റെ മികവുകൊണ്ടാണ് ഏതു സ്ഥാപനവും നന്നാവുന്നതും ചീത്തയാവുന്നതും എന്നാണ് പറയാറ്. ബോർഡിന്റെ കാലത്ത് ഐ സി എസുകാരും ഐ എ എസുകാരുമാണ് കോഫീ ഹൗസുകൾ ഭരിച്ചത്. അവർക്കു കീഴിൽ പഠിപ്പുള്ളവരുടെ ഒരു പടയുമുണ്ടായിരുന്നു. അവർക്ക് പണവും പദവിയും സുഖഭോഗങ്ങളും കൊടുത്ത് ഞങ്ങളെ പട്ടിണിക്കാരാക്കിയത്, കോഫീ ഹൗസിൽ കൂടുതൽ വിലയുള്ള സേവനം അവരുടേതാണെന്നു വിലയിരുത്തിയാണ്. ആ സങ്കല്പംതന്നെ ഞങ്ങൾ തകർത്തു. ആ വെള്ളാനപ്പടയെ ഒഴിവാക്കി അവർ നടത്തിയതിനേക്കാൾ ലാഭത്തോടെ ഞങ്ങൾ കോഫീ ഹൗസുകൾ നടത്തി. അങ്ങനെ ഒരു സംരംഭത്തിനും വെള്ളാനകളായ ഏമാന്മാർ വേണ്ടെന്ന് ഞങ്ങൾ തെളിയിച്ചു. ഭരണച്ചുമതല ആർക്കും ചെയ്യാവുന്നതാണെന്നും അതിന് പ്രതിഫലം കൊടുക്കാൻ തൊഴിലാളികളെ പട്ടിണിക്കിടേണ്ടതില്ലെന്നും ഞങ്ങൾ കാണിച്ചു. ഞങ്ങൾ കോഫീ ഹൗസ് ഏറ്റെടുക്കുമെന്നു പ്രഖ്യാപിച്ചപ്പോൾ, വെറും കാപ്പിക്കടപ്പണിക്കാർക്ക് കോഫീ ഹൗസ് നടത്താൻ കഴിയില്ലെന്നാണ് കോഫീ ബോർഡിലെ ഏമാന്മാർ പറഞ്ഞത്.

ഇനി ഞാൻ ചോദിക്കട്ടെ: കഥ തീർന്നപ്പോൾ ആരാണ് ജയിച്ചത്. ആരാണ് തോറ്റത്?

ആരുടേതാണ് നല്ല മാതൃക?

വായനക്കാർ മറന്നുകാണില്ലല്ലോ - കേരളത്തിൽ ആദ്യം അടച്ച എറണാകുളം കോഫീ ഹൗസ്, ബോർഡ് ഒരു മുതലാളിയെ ഏല്പിച്ചതും

രണ്ടാമതടച്ച കോഫീ ഹൗസ് തൊഴിലാളികൾക്കു കിട്ടിയതും. ഒരു വിലയിരുത്തലിനുള്ള സമയം ഇതാണ്. ഈ രണ്ടുകൂട്ടരും കോഫീ ഹൗസ് നടത്തിയതെങ്ങനെ എന്ന ചോദ്യം ചോദിക്കേണ്ട ചരിത്രഘട്ടം ഇതാണ്.

കേരളത്തിലെ ഒന്നാമത്തെ മുതലാളി കോഫീ ഹൗസ്, ഞങ്ങൾക്കു കൈവിട്ടുപോയ കോഫീ ഹൗസ്, ഇന്നും എറണാകുളത്തുണ്ട് - ബ്രോഡ് വേയിലെ ഭാരത് കോഫീ ഹൗസ്.

ലൂയിസ് സായു ആ കോഫീ ഹൗസ് ഏറ്റെടുത്തെങ്കിലും ഇന്നത്തെ ഭാരത് ടൂറിസ്റ്റ് ഹോം ഉടമ ഗോവിന്ദ റാവുവിന് അതു കൈമാറുകയായിരുന്നു. അദ്ദേഹമാണ് അവിടെ കോഫീ ഹൗസ് നടത്തിയത്. കോഫീ ബോർഡ് പിരിച്ചുവിട്ട ഒരു കോഫീ ഹൗസ് തൊഴിലാളിക്കുപോലും, അതേ ഒറ്റയാൾക്കുപോലും, ഈ സ്ഥാപനം ജോലികൊടുത്തില്ല. പിന്നീട് ഗോവിന്ദറാവു ഇപ്പോഴത്തെ ഉടമ ഗോപാലകൃഷ്ണ റാവുവിന് സ്ഥാപനം വിറ്റു.

ഗോവിന്ദ റാവുവും ഗോപാലകൃഷ്ണ റാവുവും ഇന്ന് പ്രമുഖ വ്യാപാരികളാണ്, വലിയ പണക്കാരാണ്. പക്ഷേ, ഗോപാലകൃഷ്ണ റാവുവിന്റെ ഭാരത് കോഫീ ഹൗസ് വിരലിലെണ്ണാവുന്ന ഏതാനും പേർക്ക് പണികൊടുക്കുന്ന ഒരു കൊച്ചു സ്ഥാപനമായിത്തന്നെ നില്ക്കുന്നു. ഭാരത് കോഫീ ഹൗസ് നടത്തി കൂടുതൽ വലിയ പണക്കാരനായ ഗോവിന്ദ റാവു പിന്നീടു തുടങ്ങിയ് ഭാരത് ടൂറിസ്റ്റ് ഹോമും ബി ടി എച്ച് റസ്റ്റോറന്റും അൻപതോളം പേർക്കു ജോലി കൊടുക്കുന്ന മേത്തരം ലോഡ്ജും ഹോട്ടലുമായിത്തുടരുന്നു. ബി ടി എച്ച് റസ്റ്റോറന്റിന് എറണാകുളത്തുതന്നെ കലൂരിലും അരൂർ ബൈപ്പാസിലും ശാഖകളുമുണ്ട്. ബി ടി എച്ച് റസ്റ്റോറന്റിനെപ്പോലെ അവയും കുലീന ഹോട്ടലുകളാണ്.

ഈ സ്ഥാപനങ്ങളിലെ തൊഴിലാളികൾ സാധാരണ ഹോട്ടൽ - ലോഡ്ജ് തൊഴിലാളികളായിത്തന്നെ കഴിയുന്നു. അവിടെ പണിക്കുകയറുന്ന തൊഴിലാളി, അതേ നിലവാരത്തിൽത്തന്നെ ആയുഷ്കാലം ജോലി ചെയ്തു പിരിയുന്നു. മുതലാളിമാരെ കാശുകാരാക്കി എന്നതായിരുന്നു ആ സ്ഥാപനങ്ങളുടെ യഥാർത്ഥ നേട്ടം. അതല്ലാതെ, ഒരു പൊതുസേവനവും അവ ചെയ്തിട്ടില്ല.

എറണാകുളം കോഫീ ഹൗസിനു പിന്നാലേ അടച്ച തൃശൂർ കോഫീ ഹൗസ് ഏറ്റെടുത്തു പ്രവർത്തനം തുടങ്ങിയ തൃശൂർ സംഘമോ, ആ ഒരേയൊരു കോഫീ ഹൗസിൽ നിന്നുവളർന്ന് പഴയ തിരുക്കൊച്ചി മേഖലയിൽ 51 കോഫീ ഹൗസുകൾ നടത്തുന്ന, 1,811 പേർക്കു ജോലി കൊടുക്കുന്ന ഒരു മഹാപ്രസ്ഥാനമായി മാറി. അവിടെ ഏറ്റവും താഴേക്കിടയിൽ ജോലിക്കു കയറുന്നവർ സ്ഥാപനത്തിന്റെ ഉടമകളാകുന്നു. അവർക്കുണ്ട് ഒരുകാലത്ത് 'എക്സിക്യൂട്ടീവ്' പദവികളിലെത്താനുള്ള അവസരം. ഇന്നു കോഫീ ഹൗസുകൾ ഗുണത്തിനും ന്യായവിലയ്ക്കും മാതൃകയാണ്. ഇന്നും ന്യായവിലയ്ക്ക് നല്ല ഭക്ഷണം വേണ്ടപ്പോഴൊക്കെ നാടിനു കോഫീ

ഹൗസാണ് ശരണം. ശബരിമല മുതൽ സെക്രട്ടേറിയറ്റ് വരെയുള്ളിടങ്ങളിൽ ന്യായവിലയ്ക്ക് നല്ല ഭക്ഷണം കൊടുക്കാൻ ഭാരത് കോഫീ ഹൗസോ ബി ടി എച്ചോ അല്ല, ഇന്ത്യൻ കോഫീ ഹൗസാണ് ഉപകരിക്കുന്നത്. പറയൂ മുതലാളിയും തൊഴിലാളിയും കോഫീ ഹൗസ് നടത്തിയതിൽ ഒരു വ്യത്യാസവുമില്ലേ? കേരളത്തിൽ ഒന്നാമത്തെ മുതലാളി കോഫീ ഹൗസ് നേടിയ ലൂയിസ് സായുവും അതു നടത്തിയ ഗോവിന്ദറാവും ഗോപാലകൃഷ്ണറാവുവും ചെയ്തതോ അതോ, ഒന്നാമത്തെ തൊഴിലാളി കോഫീ ഹൗസ് തുടങ്ങിയ ഞങ്ങൾ ചെയ്തതോ ഏതാണ് നല്ല മാതൃക? ഇതാണ് കോഫീ ഹൗസിന്റെ കഥയുയർത്തുന്ന ചോദ്യം.

തോറ്റവരുടെ മേല്ക്കോയ്മ

ഈ കഥയിൽ തോറ്റവർ, ചരിത്രത്തിൽ പരാജിതരായല്ല പ്രത്യക്ഷപ്പെടുന്നത്. അവർ തോല്വി മറച്ചുവച്ച്, പണ്ടു തോറ്റ വാദം പുതിയതാക്കിപ്പറഞ്ഞ്, ഇന്നും ആളുകളെ പറ്റിച്ചു ജീവിക്കുന്നു. ഇപ്പോഴത്തെ സ്വകാര്യവല്ക്കരണതരംഗമുണ്ടല്ലോ, അതൊരു പുതിയ കാര്യമല്ല. അതിന്റെ പഴയകാലത്തെ ഇരകളാണു ഞങ്ങൾ. പുതിയ ഞായങ്ങളും പുതിയ വാഗ്ദാനങ്ങളുമായി അവർ ഇടയ്ക്കിടെ വരും. അപ്പോൾ നമുക്ക് ഓർമ്മയിൽവരേണ്ട കഥയും കോഫീ ഹൗസിന്റേതാണ്— അതാണ് ഈ കഥയുടെ രാഷ്ട്രീയമൂല്യം.

കച്ചവടം നടത്താൻ മുതലാളി വേണ്ട, യജമാനൻ വേണ്ട. തൊഴിലാളി മാത്രം മതി. കച്ചവടംകൊണ്ട് പണക്കാരനുണ്ടാകരുത്. മേലാളനുണ്ടാകരുത്. കൂടുതൽ നന്നായി ജീവിക്കുന്ന തൊഴിലാളിമാത്രമേ ഉണ്ടാകാവൂ. കച്ചവടം ജയിക്കാൻ ചൂഷണം വേണ്ട, തട്ടിപ്പു വേണ്ട. ജനകീയത മാത്രം മതി. നല്ല കച്ചവടമന്ത്രം എങ്ങനെയും ലാഭം എന്നതല്ല; എല്ലാവർക്കും നീതി എന്നതാണ്. നല്ല കച്ചവടക്കാരൻ കൂടുതൽ ലാഭമുണ്ടാക്കിയവനല്ല; കൊടുക്കേണ്ടതുകൊടുത്ത് കിട്ടേണ്ടതെടുത്തവനാണ് - അതാണ് കോഫീ ഹൗസിന്റെ കഥയുടെ ഗുണപാഠം.

എനിക്കറിയാം. ഈ മാതൃക ഇന്നത്തെ ലോകത്തു നടപ്പാകില്ലെന്ന് പക്ഷേ, എന്നെങ്കിലുമൊരിക്കൽ ലോകത്താകെയുള്ള കച്ചവടത്തിന് കോഫീ ഹൗസ് മാതൃകയിലേക്കു വരേണ്ടിവരും.

ഈയുള്ളവന്റെ മോഹം

നിങ്ങൾ മറന്നുവോ, കഥ തുടങ്ങുംമുമ്പ് ഞാനൊന്നു പറഞ്ഞിരുന്നു. ഈ ചരിത്രമെഴുതുന്നതിനു പിന്നിൽ എനിക്കൊരു മോഹമുണ്ടെന്ന്. അതു പറയാനുള്ള സമയം ഇതാണ്.

മുതലാളിത്തത്തിന്റെ മേല്ക്കോയ്മ തിരിച്ചുവരുന്ന ഈ കാലത്ത്, അതു കാരണം അടയുന്ന ഓരോ സ്ഥാപനത്തിലും കോഫീ ഹൗസിന്റെ

കഥ ചർച്ചയാകണം. ഒരിടത്തെങ്കിലും ഈ കഥ മാതൃകയാണെങ്കിൽ ഈ പുസ്തകം ലക്ഷ്യം നേടി. ഒരു സ്ഥാപനത്തിലെ തൊഴിലാളികളെങ്കിലും തെരുവിലിറങ്ങുന്നത് ഈ കഥ തടഞ്ഞെങ്കിൽ ഞാൻ ചാരിതാർത്ഥനായി. ഏതാനും ആയിരം വീടുകളിലെങ്കിലും കെട്ടുപോയ അടുപ്പുപുകയാൻ ഈ കഥ വഴിയൊരുക്കിയെങ്കിൽ, അതിലും വലിയൊരു പുണ്യം എനിക്കു കിട്ടാനില്ല. അതാണ് ഇനിയെനിക്കുള്ള ഏറ്റവും വലിയ മോഹം.

കോഫീ ഹൗസിന്റെ കഥ കേട്ട്, 'പണിശാലകൾ പണിയെടുക്കുന്നവർക്ക്' എന്ന മുദ്രാവാക്യം വീണ്ടുമുയരട്ടെ. വെള്ളാനകളായ ഏമാന്മാർ നടത്തി മുടിച്ച ഓരോ സ്ഥാപനവും തൊഴിലാളികൾ ഏറ്റെടുക്കട്ടെ. കോഫീ ഹൗസ് മാതൃക പുനർജ്ജനിക്കട്ടെ. വ്യവസായ - വാണിജ്യ പുനരുജ്ജീവനത്തിന് എ കെ ജി കണ്ടെത്തിയ ശൈലി നാടാകെ അനുകരിക്കപ്പെടട്ടെ. എ കെ ജി ശതാബ്ദിവേളയിൽ, സഹകരണ ശതാബ്ദിവേളയിൽ അതാകട്ടെ പാവങ്ങളുടെ പ്രതിജ്ഞ.

പ്രിയപ്പെട്ട വായനക്കാരേ, ഇന്ത്യൻ നഗരങ്ങളിൽ തലയുയർത്തി നില്ക്കുന്ന കോഫീ ഹൗസുകൾ ഞങ്ങളുടെ വിജയത്തിന്റെ കീർത്തിസ്തംഭങ്ങളാണ്. അവ ഹോട്ടലുകളല്ല. സ്മരണകളിരമ്പുന്ന രണസ്മാരകങ്ങളാണ്. തൊഴിലാളിപ്രസ്ഥാനം സൃഷ്ടിച്ച മഹത്തായ ഒരിതിഹാസത്തിന്റെ ശേഷിപ്പാണ്. ഒരായിരം തൊഴിലാളികളുടെ, ചരിത്രമെഴുതിയ ഹൃദയങ്ങൾ തുടിക്കുന്ന സ്മൃതികുടീരങ്ങളാണ്. പാവങ്ങളുടെ പടത്തലവനായ എ കെ ജിയുടെ സ്വപ്നത്തിന്റെ സാക്ഷാൽക്കാരമാണ്.

കോഫീ ഹൗസ് കാണുമ്പോൾ ഈ കഥയോർക്കുക. അതിലെ വീരകഥാപാത്രങ്ങളായ ആയിരത്തിലേറെ തൊഴിലാളികളെ ഓർക്കുക. അവരുടെ വിയർപ്പിനെയും കണ്ണീരിനെയും ഓർക്കുക. അവരുടെ വീട്ടുകാർ തിന്ന തീയിനെയും സഹിച്ച നോവിനെയും ഓർക്കുക. അവരെ തുണച്ചവരെ ഓർക്കുക; വേദനിപ്പിച്ചവരെ മറക്കാതിരിക്കുക.

നമുക്കെല്ലാം ഓർമ്മകളുണ്ടായിരിക്കണം. ഓരോ മനുഷ്യനും അവന്റേതായ ഓർമ്മകൾ വേണം. ഓരോ വീടിനും ഓരോ തെരുവിനും ഓരോ ഗ്രാമനഗരങ്ങൾക്കുംവേണം ഓർമ്മകൾ. ഓരോ നാടിനും ഓരോ ജനതയ്ക്കും സ്വന്തം ചരിത്രം ഓർമ്മയിലുണ്ടാക്കണം.

ഇതാ, മലയാളി എന്നും ഓർമ്മിക്കേണ്ട ഒരു ചരിത്രം.

കോഫീ ഹൗസിലെ പുതിയ തലമുറക്കാരേ, ഈ ചരിത്രം നിങ്ങൾക്കുള്ളതാണ്. ഇതു നിങ്ങൾക്കു നേർവഴികാട്ടും. കേരളത്തിലെ യുവകമ്യൂണിസ്റ്റുകാരേ, ഇത് നിങ്ങൾക്കുള്ളതാണ്. ചരിത്രത്തിലെ ഈ ഏട് നിങ്ങളെ കൂടുതൽ ശക്തരാക്കും. തൊഴിലാളികളേ, ഇതു നിങ്ങൾക്കുള്ളതാണ്. ചരിത്രം അവസാനിക്കുന്നില്ലെന്നും പാവപ്പെട്ടവർ തോല്ക്കുന്നില്ലെന്നും ഇതു നിങ്ങളെ ഓർമ്മിപ്പിക്കും. അവസാനമായി മലയാളികളേ, ഇത് നിങ്ങൾക്കുള്ളതാണ്. നമ്മുടെ നാട്ടുകഥകളെ ഇതു കൂടുതൽ സമ്പന്നമാക്കും.

ഇതാ, കോഫീ ഹൗസിന്റെ കഥ, അനന്തമായ കാലത്തിനുവേണ്ടി ഇതെഴുതിവയ്ക്കാൻ എനിക്കു കഴിഞ്ഞിരിക്കുന്നു. ഇതെന്റെ വലിയ മോഹമായിരുന്നു. അതു നിറവേറി. ഇനി ഞാൻ പേന താഴെവയ്ക്കട്ടെ.

ലാൽസലാം.

അനുബന്ധം

എന്നെപ്പറ്റി

കോഫീ ഹൗസ് തൊഴിലാളിയായി എറണാകുളം, ബെല്ലാറി, തൃശൂർ, കോയമ്പത്തൂർ, ഊട്ടി, മദിരാശി, കോട്ടയം എന്നിവിടങ്ങളിൽ ഞാൻ ജോലി ചെയ്തിട്ടുണ്ട്. 1947 ൽ കോഫീ ബോർഡ് ലേബർ യൂണിയനുണ്ടായപ്പോൾ ബെല്ലാറി ബ്രാഞ്ച് സെക്രട്ടറിയായി. അന്നു ട്രേഡ് യൂണിയൻ പ്രവർത്തനമെന്നാൽ ജോലി പോകാവുന്ന ഒരു കൈവിട്ടുകളിയായിരുന്നു. പത്തു കൊല്ലം കഴിഞ്ഞ് ജോലിപോകുംവരെ സജീവ യൂണിയൻ പ്രവർത്തകനായിരുന്നു. പിന്നീട്, യൂണിയന്റെ തീരുമാനമനുസരിച്ച് കേരളത്തിൽ രണ്ടു സഹകരണസംഘമുണ്ടാക്കി. അവയിലൊന്നിന്, വിരമിക്കുംവരെ, മൂന്നു പതിറ്റാണ്ടിലേറെക്കാലം നേതൃത്വവും നല്കി.

സഹകരണ രംഗത്ത്, തൃശൂർ പാട്ടുരായ്ക്കലുള്ള 32-ാം നമ്പർ സഹകരണസംഘത്തിന്റെ പ്രവർത്തകനായിരുന്നു. 1969 മുതൽ 1986 വരെ ഈ സംഘത്തിലെ ഭരണസമിതിയംഗമായിരുന്നു.

യൂണിയൻ പ്രവർത്തനത്തിന്റെ ആദ്യകാലത്തുതന്നെ ഞാൻ കമ്യൂണിസ്റ്റുകാരനും കമ്യൂണിസ്റ്റ് പാർട്ടിയിൽ രഹസ്യ അംഗവുമായിരുന്നു. പില്ക്കാലത്ത് പരസ്യഅംഗമായി. ഒരിക്കലും മുഴുവൻ സമയ രാഷ്ട്രീയ പ്രവർത്തകനായിട്ടില്ല. ജോലിക്കിടെയുള്ള പൊതുപ്രവർത്തനം മാത്രമായിരുന്നു എന്റേത്. അവിഭക്ത കമ്യൂണിസ്റ്റ് പാർട്ടിയുടെ നായ്ക്കനാൽ ബ്രാഞ്ച് സെക്രട്ടറിയായിരുന്നു. പാർട്ടി പിളർന്നപ്പോൾ സി പി ഐ (എം)ൽ ചേർന്നു. പാർട്ടിയിൽ നായ്ക്കനാൽ ബ്രാഞ്ച് സെക്രട്ടറി, തൃശൂർ ടൗൺ നോർത്ത് ബ്രാഞ്ച് സെക്രട്ടറി, തൃശൂർ ടൗൺ നോർത്ത് ലോക്കൽ കമ്മിറ്റിയംഗം എന്നീ നിലകളിൽ പ്രവർത്തിച്ചു. യുവജന മേഖലയിലും കർഷകത്തൊഴിലാളിമേഖലയിലും പ്രവർത്തിച്ചിട്ടുണ്ട്. തൃശൂർപട്ടണത്തിൽ ഐസ്

തൊഴിലാളികളെ സംഘടിപ്പിച്ചു. തൃശൂർ ഐസ് ഫ്രൂട്ട് തൊഴിലാളി യൂണിയന്റെ സ്ഥാപകപ്രസിഡന്റായിരുന്നു. തെക്കൻ കേരളത്തിലെ കോഫീ ഹൗസ് ശൃംഖലയുടെ എക്സിക്യൂട്ടീവ് ഉദ്യോഗസ്ഥനായിരിക്കെത്തന്നെ, പൊതുപ്രവർത്തനം നടത്തി പൊലീസ് മർദ്ദനവും ഗുണ്ടാ മർദ്ദനവും ഏറ്റിട്ടുണ്ട്.

ഇന്നു തിരിഞ്ഞുനോക്കുമ്പോൾ, എന്നെ ഞാനാക്കിയത് കമ്യൂണിസ്റ്റ് പ്രസ്ഥാനമാണെന്ന് ഉറപ്പിച്ചു പറയാൻ എനിക്കു കഴിയും. മലയാളം എഴുതാനും വായിക്കാനും കണക്കുകൂട്ടാനും മാത്രമറിഞ്ഞിരുന്ന ഒരു നാട്ടിൻപുറത്തുകാരനെ, കമ്യൂണിസ്റ്റ് പാർട്ടി ഇന്നത്തെ ഞാനാക്കി മാറ്റിയെടുത്തു. ഈ കഥയിലെ കഥാപാത്രമാകാനും ഈ കഥയെഴുതാനും കമ്യൂണിസ്റ്റുകാരനായതുകൊണ്ടുമാത്രമാണ് എനിക്കൊത്തത്.

ഈ കഥയിലെ ഓരോ സംഭവത്തിനും നല്കിയ വ്യാഖ്യാനത്തിന്, കമ്യൂണിസ്റ്റ് പാർട്ടി എനിക്കു തന്ന മഹത്തായ വിദ്യാഭ്യാസത്തോടു ഞാൻ കടപ്പെട്ടിരിക്കുന്നു.

ചരിത്രസൂചിക

- ക്രി മു 1000: എത്യോപ്യയിലെ ആട്ടിടയൻ കേൽദ കാപ്പി കണ്ടെത്തി.
- ക്രി പി 1660: മുസ്ലീം സിദ്ധൻ ബാബാബുഡൻ ഹജ്ജിനുപോയപ്പോൾ കൊണ്ടുവന്ന ഏഴു കാപ്പിവിത്തുകൾ കർണ്ണാടകത്തിലെ ചന്ദ്രഗിരി ക്കുന്നിൽ നട്ടു.
- 1798: ഇന്ത്യയിലാദ്യമായി തലശ്ശേരിയിലെ അഞ്ചരക്കണ്ടി പ്ലാന്റേഷ നിൽ കാപ്പികൃഷി തുടങ്ങി.
- 1823: മൈസൂർ സംസ്ഥാനത്ത് വിളയുന്ന കാപ്പി വാങ്ങുന്നതിന്റെ ചുമതല പ്യാരി കമ്പനി ഏറ്റെടുത്തു.
- 1875: ചന്ദ്രഗിരി മുഴുവൻ ചാർത്തിവാങ്ങി ജോളി ബ്രദേഴ്സ് കാപ്പി ക്കൃഷി തുടങ്ങി.
- 1940: കോഫീ മാർക്കറ്റ് എക്സ്പാൻഷൻ ബോർഡ് രൂപംകൊണ്ടു.
- 1942: കോഫീ ബോർഡ് നിലവിൽവന്നു. കോഫീ ഹൗസുകൾ സ്ഥാപിച്ചുതുടങ്ങി.
- 1947 നവം 9: കോഫീ ബോർഡ് ലേബർ യൂണിയൻ രഹസ്യസംഘ ടനയായി രൂപംകൊണ്ടു.
- 1948 ജനു: യൂണിയൻ പരസ്യപ്രവർത്തനം തുടങ്ങി.
- 1951: നഷ്ടത്തിലായ കോഫീ ഹൗസുകൾ മുതലാളിമാരെ ഏല്പി ക്കണമെന്ന് കോഫീ ബോർഡിന്റെ കണക്കുകൾ ഓഡിറ്റ് ചെയ്ത ഉദ്യോഗസ്ഥൻ കുറിപ്പെഴുതി. ദൗത്യം തീർന്ന കോഫീ ഹൗസുകൾ മുതലാളിമാരെ ഏല്പിക്കാൻ കോഫീ ബോർഡിന്റെ പ്രചാരണ സമിതി ശുപാർശ ചെയ്തു.

- 1952 നവം. 22: ശുപാർശ കോഫീ ബോർഡ് യോഗം തത്ത്വത്തിൽ അംഗീകരിച്ചു.
- 1955: കോൺഗ്രസിന്റെ ആവടി സമ്മേളനം സോഷ്യലിസ്റ്റ് വികസന മാതൃക ദേശീയനയമായി പ്രഖ്യാപിച്ചു.
- ജൂൺ 26: ഉപയോഗമില്ലാത്ത കോഫീ ഹൗസുകൾ അടയ്ക്കാൻ കോഫീ ബോർഡ് തത്ത്വത്തിൽ തീരുമാനിച്ചു. ഒപ്പം 100 തൊഴിലാളികളെ പിരിച്ചുവിടാനും. കോഫീ ബോർഡ് ലേബർ യൂണിയന്റെ എതിർപ്പിനെത്തുടർന്ന് ഈ തീരുമാനം നടപ്പാക്കിയില്ല.
- 1956: തോട്ട വ്യവസായ കമ്മീഷൻ കോഫീ ഹൗസുകൾ അടയ്ക്കണമെന്ന് കണ്ടെത്തി.
- 1957: കമ്മീഷൻ റിപ്പോർട്ട് കേന്ദ്ര സർക്കാർ അംഗീകരിച്ചു.
- മെയ്: കോഫീ ഹൗസുകൾ അടയ്ക്കാനും നാലാംതരം ജീവനക്കാരെ പിരിച്ചുവിടാനും ബോർഡ് അന്തിമമായി തീരുമാനിച്ചു.
- മെയ് 25: പാർലമെന്റ് അംഗങ്ങളുടെ സംഘം കേന്ദ്ര വാണിജ്യവ്യവസായമന്ത്രി മൊറാർജി ദേശായിയെക്കണ്ട് തീരുമാനത്തിൽനിന്ന് പിന്മാറണമെന്ന് അഭ്യർത്ഥിച്ചു.
- ജൂൺ 18: എ കെ ജിക്ക് മന്ത്രി കത്തെഴുതി. മുതലാളിമാർ നടത്തുന്ന കോഫീ ഹൗസുകളിൽ പിരിച്ചുവിടുന്ന ജീവനക്കാരെ എടുപ്പിക്കാൻ സമ്മർദ്ദം ചെലുത്തണമെന്ന് കോഫീ ബോർഡ് ചെയർമാൻ നിർദ്ദേശം നല്കിയിട്ടുണ്ട് എന്ന് അറിയിച്ചു.
- ജൂൺ 24: കോഫീ ഹൗസുകൾ മുതലാളിമാരെ ഏല്പിക്കാനുള്ള അംഗീകൃത കോഫീ ഹൗസ് പദ്ധതി ബോർഡ് പ്രഖ്യാപിച്ചു.
- ജൂൺ 25: സഹകരണസംഘമുണ്ടാക്കി കോഫീ ഹൗസുകൾ ഏറ്റെടുക്കണമെന്ന് യൂണിയൻ നേതൃയോഗം തത്ത്വത്തിൽ തീരുമാനിച്ചു. തീരുമാനം എ കെ ജി പ്രഖ്യാപിച്ചു. 112 തൊഴിലാളികൾക്ക് പിരിച്ചുവിടൽ ഉത്തരവു കിട്ടി.
- ജൂൺ 27: കരിദിനം, ഏകദിന നിരാഹാരം. 152 ജീവനക്കാരെ പിരിച്ചുവിട്ടുകൊണ്ട് ബോർഡ് ചെയർമാൻ കെ ശ്രീനിവാസൻ ഐ എ എസ്സിന്റെ ഉത്തരവിറങ്ങി.
- ആഗസ്ത് 8: യൂണിയൻ സെൻട്രൽ എക്സിക്യൂട്ടീവ് ദില്ലിയിൽക്കൂടി. പിരിച്ചുവിടൽ നടപ്പാക്കിയാൽ മരണംവരെ നിരാഹാരം നടത്തുമെന്ന് തീരുമാനിച്ചു.
- ആഗസ്ത് 11: കോഫീ ഹൗസ് തൊഴിലാളികളും നേതാക്കളും മരണംവരെ നിരാഹാരം അനുഷ്ഠിക്കുമെന്ന തീരുമാനം എ കെ ജി പ്രഖ്യാപിച്ചു.
- ആഗസ്ത് 15: ഇന്ത്യയിലെ ആദ്യ തൊഴിലാളി കോഫീ ഹൗസ്

ബാംഗ്ലൂരിൽ തുറക്കാൻ എ കെ ജി നിശ്ചയിച്ച ദിവസം. ബോർഡിന്റെ നിസ്സഹകരണംമൂലം പ്രഖ്യാപനം നടപ്പായില്ല.

- ആഗസ്ത് 19: ഇന്ത്യയിൽ ആദ്യത്തെ കോഫീ ബോർഡ് തൊഴിലാളി സഹകരണ സംഘം ബാംഗ്ലൂരിൽ രൂപംകൊണ്ടു.
- ആഗസ്ത് 30: യൂണിയനും ബോർഡുമായി കരാർ ഒപ്പിട്ടു.
- സെപ്തംബർ 1: ഒന്നാം ഘട്ട പിരിച്ചുവിടൽ പ്രാബല്യത്തിൽ വന്നു: കരാർ നിലവിൽ വന്നതുമൂലം മരണംവരെ നിരാഹാരം ഒഴിവാക്കി.
- ഒക്ടോബർ 27: ഇന്ത്യയിലെ ആദ്യത്തെ തൊഴിലാളി കോഫീ ഹൗസ് ദില്ലിയിൽ തുറന്നു.
- നവംബർ 4: കേരളത്തിൽ കോഫീ ഹൗസുകൾ ഏറ്റെടുക്കാനുള്ള ആലോചനായോഗങ്ങൾ തുടങ്ങി.
- നവംബർ 25: യൂണിയന്റെ ചരിത്രത്തിലാദ്യമായി കേന്ദ്ര സെക്രട്ടേറിയറ്റ് യോഗം ക്വാറമില്ലാതെപിരിഞ്ഞു.
- നവംബർ 27: യൂണിയനിൽ അഭിപ്രായ വ്യത്യാസം നില നില്ക്കുന്നുവെന്ന് അംഗീകരിച്ച് ജനറൽ സെക്രട്ടറി സർക്കുലർ പുറത്തിറക്കി.
- ഡിസംബർ 10: യൂണിയന്റെ ചരിത്രത്തിൽ നിർണ്ണായകമായ പ്രത്യേക സമ്മേളനം തുടങ്ങുന്നു. സമ്മേളനത്തിനു മുന്നോടിയായ എക്സിക്യൂട്ടീവ് ബാംഗ്ലൂരിൽ തുടങ്ങി.
- ഡിസംബർ 11, 12: സഹകരണ സംഘമുണ്ടാക്കി മുന്നോട്ടു പോകാൻ പ്രത്യേക സമ്മേളനം ഏകകണ്ഠമായി തീരുമാനിച്ചു.
- ഡിസംബർ 20: എറണാകുളത്ത് സംഘമുണ്ടാക്കാൻ ആലോചനായോഗം കൂടി.
- ഡിസംബർ 21: എറണാകുളം സംഘത്തിന് അപേക്ഷ നല്കി.
- 1958 ജനുവരി 17: ബാംഗ്ലൂരിൽ തൊഴിലാളി കോഫീ ഹൗസ് തുറന്നു. തൃശൂർ കോഫീ ഹൗസ് അടച്ചു.
- ജനു 18: മംഗളോദയത്തിന്റെ സ്ഥലം തൃശൂർ കോഫീ ഹൗസ് നടത്താൻ വാടകയ്ക്കെടുത്തു.
- ഫെബ്രുവരി 10: തൃശൂർ സംഘത്തിന് രജിസ്ട്രേഷൻ കിട്ടി.
- ഫെബ്രുവരി 12: തൃശൂർ സംഘത്തിന്റെ ഭരണ സമിതിയുണ്ടാക്കി പ്രവർത്തനം ഔപചാരികമായി തുടങ്ങി.
- ഫെബ്രുവരി 20: ഇന്ത്യയിലെ മൂന്നാമത്തെ തൊഴിലാളി കോഫീ ഹൗസ് പോണ്ടിച്ചേരിയിൽ തുറന്നു.
- മാർച്ച് 8: ഇന്ത്യയിലെ നാലാമത്തേതും കേരളത്തിലെ ആദ്യത്തേതുമായ തൊഴിലാളി കോഫീ ഹൗസ് തൃശൂരിൽ തുടങ്ങി.
- ജൂൺ 29: തൃശൂർ സംഘത്തെ പൂർവ്വകാല പ്രാബല്യത്തോടെ വില്പന നികുതിയിൽനിന്ന് ഒഴിവാക്കി.

- ജൂലൈ 2: പാലക്കാട് സംഘം രജിസ്റ്റർ ചെയ്തു. ഇതാണ് പിന്നീട് തലശ്ശേരിയിലേക്കും തുടർന്ന് കണ്ണൂരിലേക്കും ആസ്ഥാനം മാറ്റിയത്.
- ആഗസ്ത് 7: മലബാറിലെ ആദ്യ കോഫീ ഹൗസ് തലശ്ശേരിയിൽ തുടങ്ങി.
- 1960 ഡിസംബർ 17: ഇന്ത്യയിലെ കോഫീ ബോർഡ് തൊഴിലാളി സഹകരണ സംഘങ്ങളുടെ കേന്ദ്ര സംഘടനയായ ഫെഡറേഷൻ നിലവിൽ വന്നു.
- 1964 ഇന്ത്യൻ കോഫീ ഹൗസ് ശൃംഖല ലാഭത്തിലായി.

ചിത്രങ്ങൾ

അഡ്വ. ടി കെ കൃഷ്ണൻ, തൃശ്ശൂർ സംഘത്തിന്റെ സ്ഥാപക പ്രസിഡന്റ്

കെ ആർ മാധവൻ തൃശ്ശൂർ സംഘത്തിന്റെ ആദ്യകാല പ്രവർത്തകൻ

എ കെ വാസു തൃശ്ശൂർ സംഘത്തിന്റെ ആദ്യകാലപ്രവർത്തകൻ

ടി പി രാഘവൻ മലബാർ സംഘത്തിന്റെ ആദ്യ പ്രസിഡന്റ്

കേരളത്തിലെ ആദ്യത്തെ ഇന്ത്യൻ കോഫീ ഹൗസ് 1958 മാർച്ച് എട്ടിന് തൃശ്ശൂരിൽ എ കെ ഗോപാലൻ ഉദ്ഘാടനം ചെയ്തപ്പോൾ. രണ്ടാം നിരയിൽ ഇടത്തുനിന്ന് മൂന്നാമത് ഗ്രന്ഥകർത്താവ്

നടയ്ക്കൽ പരമേശ്വരൻ പിള്ളയും കെ എൻ ലളിതമ്മയും. വിവാഹഫോട്ടോ.

നടയ്ക്കൽ പരമേശ്വരൻ പിള്ള യൗവനകാല ചിത്രം

നടയ്ക്കൽ പരമേശ്വരൻ പിള്ള യൗവനകാല ചിത്രം

എ കെ ജിയോടും സുശീലാ ഗോപാലനോടുമൊപ്പം ഗ്രന്ഥകർത്താവ്

9 789386 637512

Printed by Libri Plureos GmbH in Hamburg,
Germany